ஆக்காண்டி

ஆக்காண்டி

வாசு முருகவேல்

எதிர்
வெளியீடு

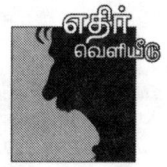

ஆக்காண்டி
வாசு முருகவேல்

முதல் பதிப்பு: ஜனவரி 2023

எதிர் வெளியீடு,
96, நியூ ஸ்கீம் ரோடு, பொள்ளாச்சி – 642 002
தொலைபேசி: 04259 226012, 99425 11302

விலை: ரூ. 180

Aakaandi
Vasu Murugavel

Copyright © Vasu Murugavel
First Edition: January 2023

Published by
Ethir Veliyeedu, 96,New Scheme Road, Pollachi – 2
email: ethirveliyedu@gmail. com
www. ethirveliyeedu. com

ISBN: 978-93-90811-81-6
Cover Design: Vijayan
Printed at Jothy Enterprises, Chennai.

All rights reserved. No part of this book may be reprinted or reproduced or utilised in any form or by any electronic, mechanical or other means, now known or hereafter invented, including Photocopying and recording, or in any information storage or retrieval system, without permission in writing from the Publisher.

ஓட்டமாவடி ஜுனைதீன் அவர்களுக்கு...

ஈழ இலக்கியம் தன்னுடைய நிலையை சற்று ஸ்திரப்படுத்தி இருக்கிறது. ஈழ இலக்கியம் குறித்த அகண்ட பார்வையை வாசகர்கள் முன்வைக்கத் தொடங்கி இருக்கிறார்கள். இதற்கு முன்னும் ஈழ இலக்கியம் இருந்தது என்றாலும் அது ஒரு ஸ்திரமான உறவை பரந்து பட்ட தமிழ் சமூகத்துடன் கொண்டிருக்கவில்லை. அதற்கு இனப்படுகொலை யுத்தத்தை எதிர்கொண்ட துயரமான காலமும் ஒரு காரணம் என்று கூறலாம். அந்த குறிப்பிட்ட காலகட்டத்தில் தமிழகத்தை தளமாக கொண்டும் புலம்பெயர்ந்த சூழலில் இருந்தும் சிலர் போலியான அரசியல் சித்து வேலைகளைச் செய்து கொண்டிருந்தார்கள். உண்மையைச் சொன்னால் இலக்கியத்தின் பெயரால் அதை மட்டுமே தான் செய்து கொண்டிருந்தார்கள். சமகாலத்தில் இவற்றில் இருந்து மீண்டு ஈழ இலக்கியம் தன் பயணத்தை தொடர்ந்து முன்னகர்த்திச் செல்கின்றது.

என்னுடைய இலக்கிய நகர்வு எப்போதும் தனித்துவமானதாகவே இருக்கிறது. இது தற்செயலாக நிகழ்ந்ததல்ல என்னுடைய தேர்வாகவே அதுதான் இருந்தது. எதன் தொடர்ச்சியாகவும் இருக்க விரும்பவில்லை. ஒரு புதிய தொடக்கமாக இருக்கவே முயற்சிக்கிறேன். அதன் வெற்றி தோல்வியை காலமே முடிவு செய்யும். மனிதன் எப்போதும் காலத்தின் முன் மண்டியிடுகிறவன்தான். காலத்திடம் தன்னை ஒப்புக்கொடுக்காதவன் எப்படி படைப்பாளியாக முடியும்? என்னுடைய ஜெப்னா பேக்கரி, கலாதீபம் லொட்ஜ், புத்திரன், மூத்தக அகதி ஆகிய நான்கு நாவல்களும் ஒன்றுக்கொன்று மாறுபட்ட களங்களைக் கொண்டது. ஒன்றில் இருந்து இன்னொன்றை பார்க்கும்போது புதிய தரிசனங்களை கண்டடைய முடியும் என்பதை உறுதியாக நம்புகிறேன்.

ஆக்காண்டி – மீண்டும் ஒரு புதிய களத்தை உங்கள் முன் கொண்டுவருகிறது. நிலரீதியாக இலங்கையின் கிழக்கை மையப்படுத்திய நாவலாக இதைப் படைத்திருக்கிறேன். தமிழர்களையும் சோனகர்களையும் கொண்ட, தமிழர் தாயகத்தின் ஒரு பகுதியான கிழக்கு நிலம் வரலாற்று அரசியல் ரீதியாகவும் ஆழ்ந்து கவனிக்கப்பட வேண்டிய நிலமாகும். ஈழ – இலங்கை அரசியலில் கிழக்கென்பது கணிக்க முடியாத ஒரு மறைபொருள் தாக்கமாக எப்போதும் இருக்கிறது. அதன் முக்கியத்துவத்தை ஒரு போதும் புறந்தள்ள முடியாது. அதன் இரத்தமும் சதையுமான ஆன்மாவை பதிவு செய்யும் முயற்சி இந்த நாவலில் கைகூடியிருக்கிறது. கிழக்கு மாகாணத்தின் அம்பாறை மாவட்டத்திலுள்ள பாண்டிருப்பைப் பிறப்பிடமாகக் கொண்ட கவிஞரும், விமர்சகரும், சிறுகதையாசிரியருமான சண்முகம் சிவலிங்கம் அவர்களின்

நினைவாகவே ‘ஆக்காண்டி’ என்ற தலைப்பை தேர்வு செய்தேன். இந்த தலைப்பு நாவலுக்கு மிகச்சரியாக பொருந்திப் போனது என்னுடைய பாக்கியம். ஒரு படைப்பு முழுமையடைவது வாசகன் கண்டடையும் தரிசனங்களில்தான் தங்கி இருக்கிறது. என்னுடைய பயணம் எப்போதும் வாசகனுடன் கூட நடப்பதாகவே இருக்கும். ஒரு போதும் நான் போதகராக விரும்பவில்லை. அது படைப்பாளியின் வேலையல்ல என்பது என்னுடைய தனிப்பட்ட அவிப்பிராயம்.

எப்போதும் என்னுடன் துணை நிற்கும் தோழமைகளுக்கும் மற்றும் இந்த படைப்பு சிறப்பாக வெளிவர துணை நின்ற எதிர் வெளியீடு & நண்பர் அனுஷ் அவர்களுக்கும் என் நன்றிகள்.

– வாசு முருகவேல்

10/10/2022

ஆப்கானிஸ்தானில் உள்ள அவளது வீட்டுக்கு "பாதி வீடு" என்பதே அடையாளப் பெயராகும். இதுவரை ஏழு முறை அவளது வீடு பல்வேறு வகையான குண்டுகளால் நொறுக்கப்பட்டிருக்கிறது. அதற்குக் காரணமான பலசாலியான வீரர்களை அவள் ஒரு போதும் பார்த்ததே இல்லை. ஒவ்வொரு முறையும் பாதி வீடே இடிவதால் பாதி அதிர்ஷ்டம் இருப்பதாக அவள் நம்பினாள். பாதித் துரதிர்ஷ்டத்தை அவள் கணக்கெடுப்பதில்லை. அவள் தந்தை 786 என்று எழுதப்பட்ட ஒரு கருப்பு தகர உண்டியல் வைத்திருந்தார். அது வீடு மறுபடியும் நொறுக்கப்படும் என்பதன் அடையாளம். இப்போது மறுபடியும் வீட்டைத் திருத்தத் தொடங்கி இருக்கிறார்கள் அப்பாவும் மகளும். இருவரும் வேலைகளின் இடையே அடிக்கடி சிரித்துக் கொள்வார்கள். பின் வானத்தை ஒரு முறை பார்த்துக் கொள்வார்கள்...

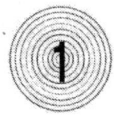

1

மண் குடிசையின் குளிர்மையில் கிடந்தாலும் பரஞ்சோதியின் சிமெந்த் அறையில் இருட்டு நிறைந்து கிடந்தது. மேலே தென்னங் கிடுகுகளுக்கு மேல் அழுத்திக் கொண்டு கிடந்த பனை ஓலைகளின் சலசலப்பு காற்றில் கலந்து கரைந்து போய்க் கொண்டிருந்தது. குழந்தை போலக் குறண்டிப்படுத்திருக்கும் அகிலாவின் முதுகில் பரவிக் கிடந்த நீள் மயிர்கள் அதன் போக்கில் பறந்து போக எத்தனித்தன. ஒரு கையில் பாதி மறைந்திருந்த மகளின் முகத்தை எட்டிப் பார்த்து விட்டு அவள் கால்களில் இருந்து விலகிப் போய்க் கிடந்த போர்வையை எடுத்து மேலே போட்டார் பரஞ்சோதி. முதலில் மகளைக் கைகளில் வாங்கிய போது கேட்ட அனுக்கம் மட்டும் இப்போதும் அவளின் உறக்கத்திலும் கேட்டது.

பரஞ்சோதியின் வளவில் பனைகள்தாம் அதிகம். வருடம் தோறும் தென்னங் கன்றுகளைக் கொண்டு வந்து நட்டுப் பார்த்து விட்டார். நான்கில் ஒன்று தப்பித்தாலே பெரிய கதையாகிப் போனது. ஒரு தென்னங்கன்று தப்பித்தாலே அகிலாவுக்கு அளவில்லாத சந்தோசம். மகள் குடம் குடமாக ஊற்றிய தண்ணீரில் ஓர் உயிர் மிஞ்சியதில் பரஞ்சோதிக்கும் ஆறுதல்தான். காய்ந்து நிலத்தில் சாய்ந்து கிடக்கும் தென்னங்கன்றுகளையும் மகள் பார்க்காத போது தான் பிடுங்கி எறிவார். அவர் ஆவேசமாகப் பிடுங்கி எறிவதை மகள் ஒரு போதும் கண்டு விடக் கூடாது என்பதில் கவனமாகவே இருப்பார். மகள் ஆசை ஆசையாகத் தண்ணீர் ஊற்றியும் காய்ந்து போகும் தென்னைகளைப் பிடுங்கி எறியும் போது இரு கைகளில் அவருக்கு அசுர பலம் வந்து குவிந்து நிற்கும். படிக்கும் போது பள்ளியில் பாரக்குண்டெறிந்த வேகம் நினைவுக்கு

வந்து போகும். காய்ந்த ஓலைகளின் கிறீச் சத்தம் நினைவுகளைக் கலைக்க முன் விறாந்தையில் கிடக்கும் சண்முகதாசனைத் திரும்பிப் பார்த்தார் பரஞ்சோதி. ஒரே மகன், தோழர் சண்முகதாசனின் பெயரைத் தாங்கிய மகன் வியர்த்த முதுகைத் தடவிக் கொண்டு திரும்பிப் படுத்தான். தோழர் சண்முகதாசனைப் பரஞ்சோதிக்கு மட்டும் இல்லை அந்த ஊருக்கே தெரிந்திருக்காது. அது அப்படியான ஓர் ஊராகத்தான் இருந்தது. "அப்பா வெளியே படுக்கக் கூடாது, வயசும் கூடிக் கொண்டு போகுது" என்று மட்டும் தாசனும் அகிலாவும் ஒரே குரலில் சொல்லிக் கொள்வார்கள். அகிலா ஒரு படி மேலே போய் அப்பாவை உள்ளே கொண்டு போய்ப் படுக்க வைத்து விட்டுத்தான் தானும் தலையைச் சாய்ப்பாள்.

ஓர் அறையும் விறாந்தையும், கிழக்கு சுவரோடு ஒட்டிய குசினியும்தான் பரஞ்சோதியின் வீடு. மகனுக்கு விறாந்தை போதும் என்றாலும் சாமத்தியப் பட்டால் மகளுக்கு ஓர் அறை வேணும் என்றுதான் ஓர் அறையைக் கட்டினார் பரஞ்சோதி. அப்போது இருந்த வசதிக்கு சிமெந்தில் கட்ட முடியாமற் போனது. ஓர் அறையையாவது சிமெந்தில் கட்டி மகளுக்குக் கொடுக்க வேண்டும் என்று அவர் புலம்பத் தொடங்கி வருடம் நான்காகி விட்டது. மகள் சாமத்தியப் பட்டும் வருடம் ஒன்றாகப் போகிறது. இந்த ஒரு வருடத்தில் அவர் விடாப் பிடியாக உருண்டு புரண்டதில் பலன் இல்லாமற் போகவில்லை. சிமெந்த் தொடங்கி எல்லாவற்றுக்கும் காசு சேர்த்தாகி விட்டது. மணல் கொஞ்சம் தானே அள்ளிக் கொண்டு வந்து போட்டால் சமாளிக்கலாம் என்று கணக்குப் போட்டதும் வீண் போகவில்லை. காலையில் வண்டி கட்டிக்கொண்டு வாறன் ரெண்டு பேரும் ஆளுக்கு ஒரு கை அள்ளிப் போடுவம் என்று பொன்னம்பலம் சொன்னது அவருக்குப் பெரும் பலமாக இருந்தது. இன்னும் விடிய எவ்வளவு நேரம் ஆகும் என்று தெரியாத இருட்டு பனை வளவில் நிலைத்து நின்றது. சண்முகதாசனின் மணிக்கூட்டை இந்த இருட்டில் தேடி எடுத்தால் மகள் நித்திரை நிச்சயம் குழம்பிப் போகும் என்ற நினைப்பு வர விறாந்தைப் படியிலேயே சாய்ந்து கொண்டார் பரஞ்சோதி. "நல்ல காத்தில்லை என்றாலும் ஒரு சுகம் கிடக்கு வெளிய படுக்கிறதில" என்றபடியே திரும்பி மகனைப் பார்த்தார். பெடியன் எழும்பினால் உள்ளே அனுப்பிப் போடுவான் என்ற நினைப்பு வர நெஞ்சைத் தடவிக் கொண்டார். ஏதோ பிள்ளைகளைப் பற்றிய நினைப்புகள் நெஞ்சைக் குளிர்ந்து நிறைத்தன.

2

இலங்கை சனாதிபதி விமானத்தில் இருந்து கையசைத்துக் இறங்கி வந்தார். நாட்டின் முக்கியமான துறைகளைசார்ந்தவர்கள் அங்கு குழுமியிருந்த போதும் அவரது சகோதரர் முன்னுக்கு நின்றிருந்தார். இலங்கையின் தேசியக் கொடி பல்வேறு பகுதிகளில் வானை நோக்கிப் பறந்து கொண்டிருந்தது. சனாதிபதி தனது நிலத்தில் விழுந்து வணங்குவது திரும்பத் திரும்ப ரூபவாகினியில் ஒளிபரப்பாகிக் கொண்டிருந்தது. அகிலனுக்குப் பக்கத்தில் இரண்டு பக்கமும் இருந்த இராணுவத்தினர் அமர்ந்திருந்த கதிரைகள் இரும்பால் ஆனவை. கொஞ்சம் கறள் பிடித்தவையாகவும் அவை இருந்தன. அவர்களின் கால்களில் ஈழ நிலத்தின் சேறுகள் ஒட்டிக் கொண்டு இருந்தன. அவற்றில் இரத்த வாடை உலர்ந்தும் வீசிக் கொண்டிருந்தது.

ஏன் அந்த இராணுவத்தினர் அகிலனைத் தேர்வு செய்தார்கள் என்று தெரியவில்லை. அவன் உடம்பு இயல்பில் கொஞ்சம் தொள தொளப்பாக இருக்கும். அந்த உடம்புக்கு ஆயுதப் பயிற்சி பற்றி எதுவும் தெரியாது. கடைசியாக அவன் உடல்களைத்தான் கணக்கெடுத்துக் கொண்டிருந்தான். அது அவனுக்கு ஒதுக்கப்பட்ட துறை இல்லை என்றாலும் கூட அங்கு எல்லாரும் எல்லாவற்றிலும் பங்கேற்க வேண்டி இருந்தது. கடைசியாக அவன் துவக்கைக் கையில் வாங்கும் முன் அவன் கையில் பிய்ந்த உடலொன்றின் ஒரு பாகம் மட்டும் இருந்தது. அதை எங்கே புதைப்பது என்று தெரியாமல் பத்தடி மட்டும் மிச்சம் இருந்த ஒற்றைப் பனைமரக்குற்றியின் அருகில் புதைத்தான். அவன் அந்தப் பிய்ந்த உடலைப் புதைத்த பிறகும் கூட அந்த உடலைப்

பெற்று ஒன்றரை வருடங்கள் வளர்த்தவள் அவன் கைகளையே பிடித்துக் கொண்டு நின்றாள். ஒரு பெண்; அவனைத் தொட்டுக் கொண்டு நிற்கவில்லை, ஒரு தாய் அவனைத் தொட்டுக் கொண்டு நின்றாள். அவளுக்கும் அவன் வயது தான் இருக்கும். அவளையும் அவனுடன்தான் கொண்டு வந்திருந்தார்கள். இப்போது அவன் இருக்கும் கூடாரத்தில் அவள் இல்லை. ஆனாலும் அவனுக்கு இடது புறத்தில் இருக்கும் கூடாரத்தில் அவள் இருக்கலாம் என்றே அவன் மனம் சொல்லியது. அவன் அவள் குரலைக் குழந்தையின் பிய்ந்த உடலுக்காக அழுத போதே நன்றாக உள்வாங்கி இருந்தான். அது மறந்து போகக் கூடிய குரல் இல்லை. அவள் குரலை மீண்டும் அவன் தெளிவாக உள் வாங்கிய போது அரை மயக்கத்தில் இருந்தான். அப்போதும் நான்கு நாட்களாகத் தண்ணீரே படாத அவன் பின் புறத்தில் ஒருவன் தன் வீரியத்தைப் பரிசோதித்துக் கொண்டு இருந்தான்.

ரூபவாகினியில் இன்னும் வரவேற்பு முடியவில்லை. கொழும்பில் ஊர்வலம் ஒன்று அதற்குள் நடந்து கொண்டிருந்தது. சிங்கள மக்களின் வெற்றிக் கூச்சல் இடையே தொப்பி அணிந்த சோனகர்களும் புன்னகை பூத்த முகத்துடன் புத்த கோவில்களை ஒட்டி நின்று கொண்டிருந்த காட்சிகள் போய்க் கொண்டிருந்தன. தான் பார்ப்பவை அனைத்தும் இப்போது நடந்து கொண்டிருக்கிறதா அல்லது இரண்டு மூன்று நாட்கள் ஆகி விட்டனவா என்றெல்லாம் அவனுக்குத் தெரியாது. ஒரு மாதமாகவே அவனுக்கு வெளியே நடப்பவை எதுவும் தெரியாது. அவன் காண்பவை அனைத்தையும் விருப்பு வெறுப்பின்றிப் பார்த்துக் கொண்டிருக்கிறான். அவனே குனிந்து பார்க்க விரும்பாத உடலை நிர்வாணக் கோலத்தில் இப்போது பார்த்துக் கொண்டிருக்கிறான். புத்தர் நிர்வாணமாக இருப்பாராமே!. இராணுவத்தினர் இருத்தினால் அவனும் இருப்பான்.

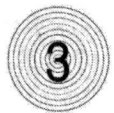

3

பரஞ்சோதி கண் முழித்த போது விட்டுக் காணிக்குள் புது அரவங்கள் கேட்டன. பனையோலைகளின் அரவமோ பனம்பழ அரவமோ இல்லை. அதெல்லாம் ஆழ்ந்த உறக்கத்தில் கூடப் பரஞ்சோதிக்குத் தெரிந்து விடும். தலையை மண்ணோடு தாழ்த்திக் கொண்டு ஒரு கருப்பு ஆட்டுக் குட்டி வந்து நின்றது. அந்த அதிகாலைச் சூரிய ஒளியில் அது ஓர் அதிசயம் போலத் தான் அவர் கண் முன்னே நின்றது. கண்களை ஒரு முறை கைகளால் மூடித் திறந்த போது பனைகளை ஒட்டி எல்லாம் ஓர் ஆடு நிற்கும் பிரமை தோன்றியதும் “தாசா” என்று அவரையும் அறியாமல் கொஞ்சம் சத்தமாகவே கத்தித்தான் விட்டார்.

தாசன் சறத்தை சுருட்டிக் கட்டிக் கொண்டு ஒரு கோமாளி போல படிகளில் இறங்கி வந்தான். அவன் கண்களைத் திறக்காமல்தான் இறங்கி வந்திருக்க வேண்டும். “அப்பே...” என்று அவன் கத்திய கத்தில் தான் அகிலா ஓடி வந்தாள். அவள் தலையை யாரோ இரவு முழுவதும் கலைத்து விளையாடி இருக்க வேண்டும். அத்தனை சிக்கலாகக் கலைத்துப் போட்ட தலையுடன் வந்து நின்று கொட்டாவி விட்டாள். அவளுக்கு அந்த ஆச்சரியம் அகல அரை நிமிடம் எடுத்துக் கொண்டது.

பரஞ்சோதியும் மக்களும் பார்த்துக் கொண்டு நிற்கவே அந்தக் கறுப்பு ஆடு முற்றத்தில் படுத்துக் கொண்டது. ஆடு படுத்தவுடன் பரஞ்சோதி இரண்டடி கால்களை பின்னோக்கி எடுத்து வைத்துக் கொண்டார். பிள்ளைகளின் கட்டுக்குள் வந்து விட்டதில் உடலின் குளுமை சமநிலைக்கு வந்தது. ஒன்றன் பின் ஒன்றாக

ஆடுகள் முற்றத்துக்கு நடந்து வந்து தங்களுக்குள் இடைவெளி விட்டுப் படுத்துக் கொண்டன. பரஞ்சோதி குடும்பத்தையே கணக்கெடுக்காமல் சில ஆடுகள் முற்றத்து மண்ணைக் கிளறி விடவும் ஆரம்பித்தன.

முற்றத்தில் கிடக்கும் ஆடுகளைக் கடந்துதான் வீட்டுக்காணியைத் தாண்ட முடியும். ஆடுகளுக்குள்ளால் நடந்து போவதில் பரஞ்சோதிக்குப் பெரிய யோசனை வந்து வந்து போய்க் கொண்டிருந்தது. சறத்தை உரிந்து காற்றுக்கு உதறிக் கட்டிய தாசன் படியில் குந்தி இருந்து ஒவ்வோர் ஆட்டையும் ஆழ்ந்து கவனிக்கத் தொடங்கி இருந்தான். "ஆடு தானே வந்திருக்கு. புலி ஒண்டும் இல்லயே" என்றபடி உள்ளே போன அகிலா இன்னும் வெளியே வரவில்லை. கீழே குந்தியிருந்து ஓர் ஆட்டைத் தடவிப்பார்த்து விட்டு, ஆட்டைத் தொட்ட கையில் முற்றத்து மண்ணைத் தேய்த்தபடி உடலை நிமிர்த்தி நின்றார் பரஞ்சோதி. "பதினைஞ்சு கிடக்கும்" என்று தனக்குள் மட்டும் புறுபுறுத்துக் கொண்டு முற்றத்தைத் தாண்டி நோட்டம் விட்டார். தெருவில் ஒரு நடமாட்டமும் இல்லை. "யாராவது வரும் வரைக்கும் எந்த முடிவுக்கும் வர வேண்டாம்" என்று தீர்மானம் செய்து கொண்டு தாசனைக் கடந்து போய் விறாந்தையில் கால்களை நீட்டி மண் சுவரில் முதுகைச் சாய்த்துக் கொண்டார். அகிலா பின் வளவுக்குப் போய் வந்திருக்க வேண்டும். தேத்தண்ணி கொஞ்ச நேரம் கழிச்சுத்தான் வந்து சேர்ந்தது. அப்பனுக்கு முன் காட்டாவிட்டாலும் பயத்தில் அதிகமாகவே பின் வளவில் போயிருப்பாள்.

மெதுவாக முற்றத்தில் இறங்குவது போல கால்களைக் கீழே வைத்த அகிலா அடுத்த நிமிடம் ஆடுகளைக் கடந்து போய் நின்று கொண்டாள். பரஞ்சோதிக்கு ஏதோ வாயில் வரத்தான் செய்தது. மகனை வைத்துக் கொண்டு சொல்லக் கூடாது என்பது போல பற்களை நறும்பிக் கொண்டு தாசனைப் பார்த்தார். அவன் அகிலாவைப் பார்த்த பார்வையில் ஆதரவுதான் இருந்தது. அப்பா ஏதாவது சொல்லி விடுவார் என்றுதான், "இஞ்சால வாடி" என்று அப்பாவுக்கு மட்டும் கேட்பது போலச் சொன்னான். தப்பித்தவறிக் கூட அவளுக்குக் கேட்டுவிடாமல் இருப்பதில் கவனமாக இருந்தான். தாசன் சொன்னது கேட்டது போல அவசரமாக ஆடுகளுக்குள் புகுந்து வந்து ஓர் ஆட்டின் மேற்புற மயிர்களைத் தடவிக் கொடுத்தாள். அந்த ஆடு தன் உடலைக்

15

குழைந்து கொண்டு மண்ணுக்குள் புதைந்து கொள்ளப் பார்த்தது. சற்று நொடிக்கெல்லாம் அகிலாவின் முகம் மாறிக் கொண்டே போவதைக் கவனித்த பரஞ்சோதி மகனை முறைத்துக் கொண்டு மகளை நோக்கிப் புழுதி மண்ணைக் குழப்பிக் கொண்டு போனார். இப்போது அகிலாவும் அப்பாவும் ஆடுகளைத் தடவிப் பார்க்கும் பார்வையில் இருந்த மாற்றம் தாசனுக்கு எதையோ புரிய வைத்தது. பல ஆடுகளின் முதுகுப்புற மயிர்கள் கருகினாற் போல இருந்தன. சில ஆடுகளுக்கு தீயில் மயிர்கள் கருகி தோலே தெரிந்தது. சில தோல்கள் வெள்ளையாகவும் சில தோல்கள் இரத்த நிறமாகவும் தெரிந்தன.

ஆடுகளின் கண்களில் தெரிந்த மிரட்சியில் இருந்து எதையும் கண்டுபிடிக்க முடியாமல் தவித்தாள் அகிலா. நீண்ட தூரத்தில் இருந்து ஆடுகள் வந்திருக்க வாய்ப்புக் குறைவு என்றாலும் எந்தப் பாதையிலும் யாரும் வரக் காணோம். ஆட்டுக் கொட்டகை தீப்பிடித்திருக்க வேண்டும்; அல்லது யாராவது எரித்திருக்க வேண்டும். எப்படி என்றாலும் ஆட்டுக்குசொந்தக்காரர் என்று யாராவது வராமலா போய் விடுவார்கள். வெய்யில் ஏறிக் கொண்டே போகவும் அங்கிருந்து அசைய விருப்பம் இல்லாமல்தான் நின்றது பரஞ்சோதியின் குடும்பம்.

பரஞ்சோதியின் வீட்டுக்கு ஒரு பக்கம் திறந்த வெளி. அதில் நிற்கும் நான்கு ஆவாரம் பூச்செடிகளுக்காக அதன் பெயரை மாற்றிச் சொல்ல முடியாது. அது வெட்ட வெளிதான். அந்த வெளிகளுக்கு உள்ளாகத்தான் ஆடுகள் வந்திருக்க வேண்டும். பக்கத்துக் காணிகளில் பெயருக்குப் பழைய வீடுகள் தாம். மூன்றாவது காணியில்தான் ஒரு குடும்பம். அதற்குப் பிறகும் சில காணிகள் அறுக்கை இல்லாமல்தான் கிடந்தன. ஒரு வீட்டில் இருந்து உரத்துக் கத்தினால் தான் சில நேரம் அடுத்த வீட்டுக்குக் கேட்கும் அளவுக்குக் காணிகள் பெரியவை. வீடுகள்தாம் காணிகளுக்குப் பொருத்தம் இல்லாமல் சுருங்கிக் கொண்டு கிடக்கும். எவ்வளவு பொறுமையாகக் காத்திருந்தாலும் ஆட்டுக்கு சொந்தக்காரர்கள் வரப் போவதில்லை என்பது பரஞ்சோதிக்குத் தெரிந்திருக்க வாய்ப்பில்லை. பரஞ்சோதி வீட்டில் செய்திகளைச் சொல்ல ஒரு பழைய வானொலி கூடக் கிடையாது. அது அவர்கள் உலகத்துக்குத் தேவையில்லை. ஆனால், உலகத்தில் நடப்பதைத் தெரிந்து கொள்ளத் தேவை தானே?

பரஞ்சோதிக்கு ஆடுகளைப் பத்திரப்படுத்திக் கொள்ளத்தான் தோன்றியது. "யாராவது வந்தால் கொடுத்து விடலாம்" என்று தனக்குத்தானே நினைத்துக் கொண்டார். ஆடுகளைப் பார்க்க அகிலாவுக்கும் ஆசையாகத்தான் இருந்தது. "யாரும் ஆட்டைத் திருடிக் கொண்டு வரவில்லை. தேடினால் சொல்லுவோம்" என்றுதான் அவளும் நினைத்தாள். தாசன்தான் இடைக்கிட ஆடுகளைக் கடந்து போய் படலையால் எட்டிப் பார்த்து விட்டு வந்து உதட்டைப் பிதுக்கிக் கொண்டான். ஒவ்வொருமுறை ஆடுகளைக் கடந்து போய் வரும்போதும், அவற்றைக் கலைத்து விடக்கூடாது என்பதைக் கவனத்தில் கொண்டிருப்பது தெரிந்தது.

அகிலாதான் அந்த யாருடையவையோ ஆன ஆடுகளை, யாரும் இன்னும் தேடி வராத ஆடுகளை, அகிலாவைத் தேடி வந்த ஆடுகளை வைத்துக் கொள்ளும் எண்ணத்துடன் எழும்பிப் போய் இடுப்பில் கையை வைத்துக் கொண்டு நின்றாள். பரஞ்சோதிக்கும் மகள் தன்னைப் பேசமாட்டாள் என்றுதான் மனதுக்குப்பட்டது. அவரும் போய் மகளுக்குக் கொஞ்சம் தள்ளியே நின்று கொண்டார். இவர்களைப் பார்த்து விட்டுத் தாசன் எழும்பிப் போய் அறை வாசல் கதவோடு நின்று கொண்டான்."நான் வரவே மாட்டன்" என்று அவன் முழு உடலும் உறுதிபடச்சொல்லியது. முதல் ஆட்டை செவியில் பிடித்து இழுத்துக் கொண்டு அகிலா போனபோது அது அவளிடம் பழகியது போல கூடவே நாலு காலில் நடந்து போனது. அதன் ஒரு கால் கூட மண்ணைக் களைந்து கொண்டு போகாததைப் பார்த்த பிறகு பரஞ்சோதிக்குப் பெரு மூச்சு வெளியே போனது. இல்லாத நெற்றி வியர்வையைப் புறங்கையால் துடைத்துக் கொண்டு வீட்டின் பின்புறம் மகள் மறையும் வரை பார்த்தார். மறுபடியும் திரும்பிவரும் போது அகிலா கையில் கயிறோடுதான் வந்தாள். இரண்டு இரண்டு ஆடாகக் கட்டிக்கொண்டு அவசரமாக இழுத்துப் போனாள். அவை அவள் கூடப் போகத் தயாராக இருந்தாலும் அவள் அவசரம் அவற்றுக்கு விளங்கவில்லை. ஆறு ஆடுகள் வீட்டுக்கு பின்னே மறைந்து போன பிறகுதான் தாசன் படியிறங்கி வந்தான். அவன் தகப்பனுக்கு அருகில் போகும் போது என்ன நினைப்பில் வருகிறான் என்று பரஞ்சோதிக்கும் விளங்கவில்லை."நான் ஒன்றும் திருடிக் கொண்டு வரவில்லை" என்ற துணிச்சலில் நிமிர்ந்துதான் நின்றார். சாறக்கட்டு இப்போது கால் முட்டிக்கு மேல்தான் தடித்து இருந்தது. தாசன் நெருங்கி வந்து நின்ற பிறகும் அவர் அவனை ஏறெடுத்துப் பார்க்கவில்லை. அகிலாவைக் காணவில்லையே

என்பது போல அவனைக் கொஞ்சம் விலத்துக் கொண்டு வீட்டுக்குப் பின்னாலேயே கண்களை அலைய விட்டார்.

அகிலா சத்தம் கேட்டு ஓடி வருவதற்குள் ஆடுகள் கலைந்து ஓடத் தொடங்கி இருந்தன. தாசன் போட்ட சத்தத்தில் அயலட்டங்கள் ஓடி வந்து விடும் என்ற பயந்தான் பரஞ்சோதிக்கு உடனே வயிற்றைக் கலக்கியது. ஆடுகள் போய்த் தொலைந்தால் போகுது என்று மகனைத்தான் பிடித்து அமர்த்தப் பார்த்தார். அவன் கல்லையும் மண்ணையும் வீசி எறிந்து அந்த இடத்தையே கலைத்துப் போட்டான். ஆடுகள் எந்தெந்தப் பக்கம் ஓடின என்று கண்டு பிடிக்கவே மண் தூசிகள் காற்றில் இருந்து பிரிய வேண்டி இருந்தது. அகிலா அண்ணனின் குணம் அறிந்தோ என்னவோ வந்த வேகத்தில் வீட்டு சுவரோடே நின்று கொண்டாள். இடைக்கிடையே வீட்டுக்குப் பின்னால் மட்டும் பார்வையை ஓட்டினாள். ஐந்து ஆடு தப்பித்தாலே தம்பிரான் புண்ணியம்தான். அண்ணன் அத்தோடு நிறுத்திக் கொண்டது அவளுக்கு சந்தோசம். தாசன் கலையாடி ஓய்ந்து கலைந்த தலையோடு வந்து படியில் குந்தினான். "அப்பன்... அப்பன்" என்று கூடவே ஓடி வந்த பரஞ்சோதி அவனைப் பிடித்துக் கொண்டு கூடவே குந்தியிருந்தார். தாசனுக்கு ஒரு சிரிப்பு வந்து போனதை அகிலா கடைக்கண்ணால் கண்டுகொண்டாலும் அப்பருக்குக் காட்டிக் கொள்ளவில்லை. ஆடுகள் வீதியால் ஓடியதோ, இல்லை வெட்ட வெளியால் ஓடியதோ, பின் வளவில் பதுங்கிக் கொண்டதோ அவர்களுக்குத் தெரியாது. மேலே நடு உச்சியில் ஏறி இருக்கும் சூரியனுக்குத்தான் அனைத்தும் தெரியும்.

4

அகிலன் பெரும் பசியுடன் சாப்பிட்டுக் கொண்டிருந்தான். அப்போது இரவு பத்து மணி இருக்கலாம் என்று இரவின் சூழல் சொல்லியது. இராணுவத்தினர் இருவரும் சாப்பிடும் அதே சாப்பாடுதான் அவன் கையிலும் இருந்தது. இடையிடையே அவன் தட்டில் இருக்கும் அவித்த உருளைக் கிழங்கை எடுத்து ஒருவன் சாப்பிட்டான். அதற்கு ஈடு செய்வது போல தன் வாயில் மென்று கொண்டிருந்த சோற்றினை அவன் தட்டில் துப்பினான். மற்றவனோ எதையும் காணாதது போல மிச்சம் இருந்த இன்னும் ஒரு பெரிய உருளைக்கிழங்குத் துண்டை எடுத்து வாயில் போட்டு நன்றாக மென்று விழுங்கினான். அவனுக்குப் பசி அடங்கி விட்டது என்றாலும் எழும்பிப் போக காலில் போடப்பட்டிருந்த இரும்புச் சங்கிலிகள் அனுமதிக்கவில்லை.

அகிலனைத் தர தரவென்று இழுத்துக் கொண்டு வந்து புதிய கூடாரத்தில் போட்டார்கள். சொல்லி இருந்தால் அவனே நடந்து வந்திருப்பான். ஏன் இவ்வளவு கஷ்டப்பட்டு இழுத்து வந்தார்களோ தெரியவில்லை. அவனுக்கு மட்டும் இல்லை அவர்களுக்கும் அது கஷ்டமான ஒன்றாகத்தான் இருந்திருக்கும். புதிய கொட்டகையில் வெளிச்சம் பெயருக்குத்தான் இருந்தது. அவன் தலையை நிமிர்த்திப் பார்த்த போது ஒரு கட்டிலில் உடல் அசைவது தெரிந்தது. நெருங்கிப் போன போதுதான் அது ஒரு பெண்ணின் உடல் என்று தெரிந்தது. அந்தப் பெண் சத்தமே போடவில்லை. அவள் வாயில் எந்தத் துணியும் அடைத்திருக்கவில்லை. அவள் அழுவதாகக் கூட அந்த இருளில் அவன் உணரவில்லை.

சங்கிலியோடு அவனை இழுத்து அந்த உடலின் மேல் போட்டு விட்டு அவர்கள் இருவரும் ஆளுக்கு ஒரு சிகரெட்டைப் பற்ற வைத்துக் கொண்டார்கள். அந்தப் பெண்ணின் உடல் அதிர்வதை அவன் தோல்களே உணர்ந்து கொண்டன. அவர்களின் மேல் சுடுசாம்பல் துகள்கள் கொட்டிக் கொண்டே கிடந்தன. அவர்கள் சடலங்கள் போலக் கிடந்தாலும் உயிர்கள் உள்ளே துடித்துக் கொண்டிருந்தன.

அகிலன் முதுகில் துவக்கின் இரும்பு குத்திய போதுதான் கண் முழித்தான். எப்போது எப்படி நித்திரை கொண்டான் என்று தெரியவில்லை. இன்னும் அந்தப் பெண்ணுடல் மீதுதான் கிடந்தான். அவள் கண்கள் நீலம் பூத்து வெறித்துப் பார்த்தன. அவள் இறந்திருக்கலாம் என்று உணர்ந்து கொண்டு அவள் கண்களில் ஊடுருவ முயன்றான். அதற்குள் அவன் உடலில் பிணைத்திருந்த சங்கிலி கீழே இழுத்துப் போட்டிருந்தது. உடலை நிமிர்த்திப் போடவே அந்தச் சங்கிலிகள் தான் அவனுக்கு உதவின. உடலின் ஒரு பாகம் போல அந்தச் சங்கிலிகள் மாறிவிட்டதாக அவனுக்குத் தோன்றியது.

ஒரு கரும்பச்சை இரும்பு மேசையின் முன் அகிலன் நின்றான். அவன் கால் மூட்டுகளில் தட்டி முட்டுக்காலில் நிற்க வைத்தார்கள். அவனுக்கு முன் இருந்த இரும்பு மேசைக்கு அப்பால் ஓர் இரும்புக் கதிரை வெறுமையாக இருந்தது. அவன் அந்த கதிரையையே பார்த்துக் கொண்டு இருந்தான். எந்தப் பக்கம் பார்த்தாலும் இருளாகவே இருந்ததால் சில அடி தூரத்துக்கப்பால் எதும் தெரியவும் போவதில்லை. அவனுக்குப் பின்னும் வலதும் இடதுமாக அவனைப் போன்றவர்களைக் கொண்டு வந்து முட்டுக்காலில் இருத்தத் தொடங்கினார்கள். அவன் திரும்பிப் பார்த்தவரை பத்து வரிசைகள் மட்டுமே அவன் கண்ணுக்குத் தெரிந்தன. எல்லார் உடம்பிலும் இரும்புச் சங்கிலிகள் மட்டும் பொதுவாக இருந்தன. நிர்வாணத்தை எல்லோரும் போல அவனும் மறந்திருந்தான்.

ஒரு வெள்ளை அரைக்கைச் சட்டையும் கருப்பு நீளக் காற்சட்டை யுமாக நேர்த்தியான உடை அணிந்த ஒருவர் அவர்களின் முன்னே இருந்த கதிரையில் இப்போது அமர்ந்திருந்தார். குட்டையான கருப்பு டை ஒன்று கழுத்தில் தொங்கியது. அவருக்குக் கண் பார்வையில் பிரச்சினை இருக்க வேண்டும்.

மூக்குக் கண்ணாடி அணிந்திருந்தாலும் கண்ணை அவ்வப்போது கசக்கி விடுவதும்,கண்ணாடியை மேலே தூக்கிப் பார்ப்பதுமாக இருந்தார். கொஞ்ச நேரத்தில் அந்த முகம் அவனுக்கு சட்டென்று ஞாபகத்தில் வந்து போனது. அது இலங்கை சனாதிபதியின் தம்பியின் முகம். இதுவும் அதே முகம் என்று மனமும் மூளையும் உறுதிப்படுத்தின. அவன் கவனத்தைக் கலைப்பது போல இராணுவத்தினரிடையே ஒரு சலசலப்பு தோன்றியது. அந்த சலசலப்பைத் தொடர்ந்து பின்னே இருந்து சிலர் அழும் சத்தமும் கேட்கத் தொடங்கியது. அந்த முகங்களை அகிலனால் அடையாளம் காண முடியவில்லை. சில பெண் குரல்களும் இப்போது அந்த அழுகையில் கலந்திருந்தன.

அந்த ஒற்றை இரும்புக் கதிரையை நோக்கி ஒரு வெள்ளைத் துண்டைக் கொண்டு வந்தார்கள். அகிலன் சரண் அடையும் போது வைத்திருந்தது போல கரி அப்பிய ஊத்தையான வெள்ளைத் துண்டில்லை இது. அப்போது தான் துவைத்தது போல அவ்வளவு வெண்மையாக அது இருந்தது. அந்தப் பச்சை இரும்புக் கதிரையை முற்றிலும் மறைக்கும்படியாக அந்த வெள்ளைத் துண்டைப் போர்த்தினார்கள். ஓர் எண்பது வயது மதிக்கத்தக்க பவுத்த பிக்கு ஒருவர் அந்த கதிரையில் வந்து அமர்ந்தார். அவர் கருப்பாகவும் தொண்டைச் சதைகள் தொங்கிய தோற்றத்துடனும் இருந்தார். ஆனாலும், அவர் மூக்குக் கண்ணாடி எதுவும் அணியவில்லை. கையில் ஒரு விசிறி, அதன் போக்கில் அவ்வப்போது அசைந்து கொண்டிருந்தது. அவர் பார்வையில் ஒரு கூர்மை இருந்தது. அவன் அவர் பார்வையில் இருந்து கண்களை விலத்திக் கொள்ளும் பொருட்டு சுற்று முற்றும் பார்த்தான். அந்த டை கட்டிய மனிதரைக் காணவில்லை. அவர் எப்போது அங்கிருந்து மாயமாக மறைந்தார் என்றும் அவனுக்குப் பிடிபடவில்லை. அவன் பார்வையை நிமிர்த்திய போதுதான் கவனித்தான் பக்கத்தில் இருந்த பலரின் பார்வையும் இப்போது நிலத்தை நோக்கிப் பாய்ந்திருந்தது. அப்போதும் அந்த வயதான பிக்குவின் பார்வை இவர்களின் இருண்ட நிர்வாணத்தின் மேலேதான் பதிந்து இருந்தது.

5

இரவு நெடுநேரம் பரஞ்சோதிக்கு நித்திரையே வரவில்லை. எப்படிப் படுத்தாலும் இரண்டு பக்கம் தான் புரண்டு படுக்க முடியும் என்பது போல அவரை வேடிக்கை பார்த்து விட்டு அகிலா கண் அயர்ந்து விட்டாள். அவள் நித்திரையைப் பார்த்தால் ஆடு போனால் போகுது என்று சொல்வது போல இருந்தது பரஞ்சோதிக்கு. பனை ஓலைச் சத்தம் எல்லாம் கூட அவருக்கு அந்த இரவில் புதிதாகத்தான் இருந்தது. அடிக்கடி அரவம் இல்லாமல் எழும்பிப் போய்த் தாசனை எட்டிப் பார்த்து விட்டு வந்தார். இடையிடையே மூச்சையும் அடக்கிக் கொண்டு காதுகளைக் கூர்மையாக்கி ஆடுகளுடன் தொடர்பு கொண்டார். கண்கள் சொக்கச் சொக்க ஆடுகள் போனால் போகிறது தாசன் பத்திரமாகக் கிடக்க வேண்டும் என்ற நினைப்புதான் கூடிக் கொண்டு போனது.

காலையில் அவராக எழும்பவில்லை. ட்ராக்டர் சத்தம்தான் வெருட்டிக் கொண்டு எழுப்பி விட்டது. துடித்துப் பதைத்து எழும்பி உரிந்த சாரத்தைக் கையில் அப்படியே பிடித்துக் கொண்டு விறாந்தைக்கு வந்தார். அகிலாவும் தாசனும் முற்றத்தைத் தாண்டாமல் திறந்த வெளியைத்தான் எட்டிப் பார்த்துக் கொண்டு நின்றார்கள். அதிசயமாக நான்கைந்து ஆவாரம் பூச்செடியைத் தவிர அந்த நிலத்தில் என்ன இருக்கிறது?. புற்கள் கூட ஒழுங்காக வளராமல் பெயருக்குக் காய்ந்து கிடக்கும் நிலம் அது. அதில் ட்ராக்டருக்கு என்ன வேலை என்றுதான் பரஞ்சோதிக்கு யோசனை. படியிறங்காமல் நின்று பார்த்தாலே தெரிந்தது, அது

ஹசனின் ராக்டர்தான். அந்த ஊரில் இருப்பதில் பழைய ராக்டர் ஹசனுடையதுதான். எந்த வேலைக்குக் கேட்டாலும் ஓட்டிக் கொண்டு வந்து விடுவான். அதனாலேயே "ஏமாத்திப் போடுவாங்கள்" என்று எல்லாரும் அவனுக்கு ஆலோசனைகள் சொல்லுவதுண்டு.

ஹசனும் ராக்டரும் மட்டும் அங்கில்லை. நாலைந்து இராணுவ சீருடைகளும் தெரிந்தன. கூடவே சாரமும் - தொப்பியுமாக இருவர். பரஞ்சோதி படியால் இறங்கி மக்களோடு வந்து நிற்கும் போதுதான் ஹசனும் கையைக் கட்டிக் கொண்டு நிற்பது தெளிவாகத் தெரிந்தது. ஒரு முறை மகனையும் மகளையும் திரும்பிப் பார்த்துக் கொண்டு பார்வையைக் கூர்மைப்படுத்தினார் பரஞ்சோதி. வலது கை மெதுவாக ஆடிக்கொண்டு அதுவாகவே தலைக்குப் போனது. இராணுவத்தினர் கைகளில் எந்த ஆயுதமும் இல்லை என்பதை உறுதிப்படுத்திய போது தலைக்குப் போன கை அதுவாகவே கீழே இறங்கியது. அகிலாவுக்கு ஆடுகள் ஞாபகத்தில் வர அப்பாவை முன்னுக்குத் தள்ளி விட்டு வீட்டை நோக்கிப் போனாள். வீட்டை நோக்கிப் போன கால்கள் அப்படியே சுழன்று கொண்டு பின்னால் போனதைப் பரஞ்சோதி கவனிக்காமல் இல்லை.

"அப்பா தேத்தணி ஆறுது" என்று அகிலா மூன்றாவது முறை ஏலம் போடும் போதுதான் அந்தத் துர்நாற்றம் பரஞ்சோதியின் காணிக்குள் பரவிக்கொண்டு வந்தது. அப்பாவும் அண்ணனும் மூக்கைக் கசக்குவதை அவள் ஒரு நிமிடம் கூட வேடிக்கை பார்க்கவில்லை. மூக்கில் எட்டி அடித்த துர்நாற்றம் குமட்டிக் கொண்டு வந்தது. காலையில் குடித்த வெறுந் தேத்தண்ணியில் பாதி மண்படிகளில் வழிந்தோடியது. பரஞ்சோதி மகனின் கையைப் பிடித்து இழுத்துக் கொண்டு வீட்டுவாசலுக்கு வந்தார். தாசனால் பார்வையை அந்தத் துர்நாற்றம் வந்த திசையை விட்டுப் பிரித்தெடுக்க முடியவில்லை. மூவருமே மூக்கைப் பொத்திக் கொண்டு அந்தத் திறந்த வெளியையே வெறித்துப் பார்த்தார்கள். வெறுந் தேத்தண்ணிப் பேணி தாசனின் காலில் தட்டுப்பட்டுக் கவிழ்ந்து ஓடியதைக் கூட யாரும் அப்போது கவனிக்கவில்லை.

எப்போதாவது யாராவது அந்த வெட்ட வெளியில் மலம் கழித்து விடுவதுண்டு. அது இரவில் நடக்கும் சம்பவம் என்பதால் யாரையும் கை நீட்ட முடிவதில்லை. அந்த இடமும் யாருக்கும் சொந்தமானதில்லை என்பதும் ஒரு முக்கியமான காரணம். அந்த

மல நாற்றம் ஒரு போதும் யாருக்கும் பெரிய தொந்தரவாகவும் இருந்ததில்லை என்று சொல்வதை சிலர் நம்பாமலும் போகலாம். அடிக்கும் வெயிலில் அது எருவாகி விடும் என்பதையாவது நம்பினால் சரிதான். இரவில் அல்ல, பகலில் இப்படி ஒரு காரியம் நடப்பதைப் பார்த்துக் கொண்டுதான் நின்றது பரஞ்சோதியின் குடும்பம். குடலைப் பிடுங்கும் துர்நாற்றம் இன்னும் இன்னும் வீச்சமாக வீட்டை நோக்கி வந்து கொண்டிருந்தது. வேறு யாராவது வருகிறார்களா வீதியால் என்றுதான் பரஞ்சோதி பார்த்துக் கொண்டு நின்றார். என்ன கஷ்டம் வந்தாலும் இதுவரை யாரையும் எதிர்பார்த்து இப்படி நின்ற ஞாபகம் எதுவும் அவருக்கு இல்லை. இந்த சுய கவுரவ எண்ணமும் இன்னொரு பக்கம் தலையில் குட்டிக் கொண்டது. கொன்ற மாட்டு மணம் என்று சொல்வதை விட செத்துப் புழுத்த மாட்டின் பெரும் நாற்றம் என்று சொல்வதுதான் பொருந்தும். மாட்டுத் தோலின் கவிச்சி கூட இவ்வளவு நாற்றம் அடிக்குமா என்ன?

கொட்டக் கொட்ட தீராமல் உருண்டு சுருண்டு விழுந்தன உருப்படிகள். மூக்கைப் பொத்திக் கொண்டு பரஞ்சோதி வீட்டைத் திரும்பிப் பார்த்த ஹசனுக்கு பரஞ்சோதி குடும்பம் தெரிந்திருக்கலாம். அவர் சொல்ல விரும்பியதை சொல்லக் கூடிய தொலைவில் இல்லை. கொஞ்சமாவது கத்தித்தான் சொல்ல வேண்டும். இராணுவமும் உதவிக்கு இரண்டு மூன்று கைத்தடிகளும் நிற்க எப்படிக் கத்திச் சொல்வது என்பது போல இருந்தது மூக்கையும் வாயையும் சேர்த்துப் பாதிக்கு மேல் முகத்தை மூடியிருந்த அவர் உருவம். ஹசன் திரும்பி வீட்டைப் பார்க்கும் போதெல்லாம் அகிலாவைக் கையைப் பிடித்து உள்ளே இழுத்து விட்டார் பரஞ்சோதி. அவள் அந்த நிமிடம் அப்பாவின் முதுகோடு மறைந்து கொண்டாலும் தோள்களால் எட்டிப் பார்ப்பதை நிறுத்தவில்லை. மாடும் ஆடும் மட்டும்தான் இப்படி நாற்றமெடுக்குமா? மனித உடலும் பிய்ந்து கிடக்குமோ என்று வந்த யோசனையை தனக்குள் புதைத்துக் கொண்டான் தாசன். தான் துரத்தி விட்ட ஆடுகளின் வெட்டப்பட்ட உடல்கள் அதில் நிச்சயம் இருக்கும் என்றுதான் மனதுக்குப் பட்டது. அகிலா காப்பாற்றிய ஆடுகளின் முனகல் இரவும் பகலும் தாசன் கிடந்து உருளும் விறாந்தை வரை கேட்டுக் கொண்டு தான் இருந்தது.

ட்ராக்டரைக் கொஞ்சம் முன்னே எடுத்து நிறுத்திய போதுதான் எவ்வளவு கழிவுகளைக் கொண்டு வந்து கொட்டியிருக்கிறார்கள்

என்று தெளிவாகத் தெரிந்தது. ட்ராக்டரைத் திருப்பி எடுக்கும் போது ஹசன் கையை உயர்த்திக் காட்டியது போல இருந்தது பரஞ்சோதிக்கு. உண்மையில் ஹசன் காட்டினாரோ தெரியாது. அது பரஞ்சோதியின் பயமாகவும் இருக்கும். எப்படி என்றாலும் அகிலாவைக் கையைப் பிடித்து இழுத்துப் போய் அறையில் தள்ளி விட்டுக் கதவைச் சாத்தி விட்டார். ட்ராக்டரின் முன்னே ஒரு மோட்டார் சைக்கிளும் சில சைக்கிள்களும் போக ஹசன் ட்ராக்டரைத் தானே இழுத்து வருவது போல ட்ராக்டரை மிதித்துக் கொண்டு வந்தார். எல்லோரும் பார்வையில் தன் வீட்டை மிதித்திக் கொண்டு போவதைப் பார்த்தாலும், என்ன செய்ய என்பது போல அப்படியேதான் நின்றார் பரஞ்சோதி. தாசனும் தெரிந்து நின்றானோ அல்லது மறந்து போய் நின்றானோ தெரியாது. நின்ற இடத்தில் இருந்து அரங்காமல்தான் நின்றான். மிகச்சரியாகப் படலையடியைத் தாண்டி ட்ராக்டரை இழுத்துக் கொண்டு போகும் போது "வெட்டிப் புதைப்பாங்களாம்" என்று கொஞ்சம் சத்தமாகவே சொல்லி கொண்டு போனார் ஹசன். சாத்திய கதவால் எட்டிப் பார்த்துக் கொண்டு நின்ற அகிலாவுக்கும் அந்த வார்த்தைகள் தெளிவாகக் கேட்டன. "வெட்டிப் புதைப்பாங்களாம்."

6

அகிலனுக்கு பக்கத்தில் தெரிந்த முகம் ஒன்று வந்து விட்டதில் ஒரு சந்தோசம். “நான் அகிலன்” என்று தாசனிடம் அறிமுகம் செய்து கொண்டான். தாசன் அவர்களையே பார்த்துக் கொண்டிருந்த ஓர் இளவயதுப் பிக்குவைக் கூர்ந்து கவனித்தபடியே “நான் சண்முகதாசன்” என்று அறிமுகம் செய்து கொண்டான். தாசன் முக்கால் வாசிக்கு மேல் மயிர் கூடிய தலையைத் தடவிக் கொண்டே இருந்தான். அவன் எதையும் பேச விரும்பவில்லை என்பதை அகிலனால் உணர முடிந்தாலும் கிடைத்த ஒருவரிடமும் பேசாமல் இருக்க கடினமாக இருந்தது. எப்படித் தோற்றோம் என்றோ, எப்படி இங்கு வந்தீர்கள் என்றோ, அகிலன் கேட்கப் போவதில்லை. தாசனுக்கும் இதே கேள்வியைக் கேட்கக் கூடாது என்று தெரிந்திருக்கும். அவர்கள் அதையெல்லாம் கடந்து அதுவரை அறியாத ஒரு புதிய காட்டுக்குள் வந்து நின்று கொண்டிருந்தார்கள். ஓம் முற்றிலும் புதிய காடுதான். திட்டமிட்டு உருவாக்கிய காடு போல அந்தக் காட்டில் ஒரு நேர்த்தி இருந்தது. கண்ணுக்கு எட்டிய தூரம் வரை மரங்கள் நேர்த்தியாக நடப்பட்டிருப்பது போல ஒரு பிரமை தோன்றியது. அப்படித் தோன்றியது அகிலனுக்கு மட்டுமா என்று தெரியவில்லை. தாசனிடம் எதாவது கேட்பதாக இருந்தால் முதல் கேள்வி இந்தக் காட்டைப் பற்றியதாகத்தான் இருக்கும்.

பச்சைத் தறப்பாளால் மூடிக் கட்டிய ஓர் இருட்டு வாகனத்தில் இவர்களை ஏற்றும் போதுதான் விடிந்து கொண்டிருந்தது. அதற்கு முன்பாக முட்டிக்காலில் நின்றபோதே “அப்படியே போவது போகட்டும்” என்று கட்டளை பிறப்பிக்கப்பட்டு இவர்களின் மேல் உப்புக்

கடல் நீரைப் பீச்சி அடித்துக் கழுவினார்கள். இராணுவம் அவர்களை அனுமதித்த பிறகு எழும்பி நிமிர்ந்து நின்று கொஞ்ச நேரம் பேசிக் கொண்டிருந்தார்கள். இவர்களுக்கு முன் நின்ற வாகனங்களை நோக்கி வரிசையாக அனுப்பிய போது இவர்களின் உடலை டார்ச் லையிட் அடித்துப் பார்த்து அதன் பிறகு ஒரு பச்சை ஆடையை வழங்கினார்கள். பெண்கள் அணியும் சோட்டி போல ஒரே துணியில் அதைத் தைத்திருந்தார்கள். தலையை சரியாக நுழைத்து விட்டால் போதும் அந்த ஆடையை எளிதாக அணிந்து விடலாம். மொத்தம் ஆறு அல்லது ஏழு வாகனங்கள் நின்றிருக்க வேண்டும்.

வாகனப் பயணம் மிக வேகமாக இருந்தது என்பதால் விரைவாக எங்காவது போய்ச் சேர்ந்து விடும் என்றே இவர்கள் நம்பினார்கள். அதற்கு வேறு ஒரு காரணமும் இருந்தது. மூடிக்கட்டிய இருளில் தாங்க முடியாத வெக்கையில் இவர்களின் உடல்கள் தொப்பையாக நனைந்து கொண்டிருந்தன. இவர்களின் பச்சை ஆடைகள் உடலோடு ஒரு புதிய பாகமாக சற்று நேரத்திலேயே மாறி விட்டிருந்தன. மற்றவர்களின் உடலோடு தன் உடல் உரசும் போது எரிச்சல் வருவதை அகிலனால் தவிர்க்க முடியவில்லை. பிசுபிசுத்த உடல்களும், வேறு பட்ட உடல் நாற்றங்களும் இவர்களை மயக்க நிலைக்குக் கொண்டு போய்க் கொண்டிருந்தாலும் பயணம் முடிவதாக இல்லை என்பதே மரணத் திணறலாக இருந்தது.

இடையில் தறப்பாள் விலக்கப்பட்ட போது இருள் சூழ்ந்திருந்தது. எந்த இடம் என்று கண்டு கொள்ள சொல்லிக் கொள்ளும்படி அங்கு எந்த அடையாளமும் இல்லை. "மரங்கள் நின்றன" என்று மட்டும் சொல்லிக் கொள்ளலாம். இவர்கள் அப்போது பாலை வனத்தில் நிச்சயமாக இல்லை. ஒரு பெரிய பெட்டியில் இருந்து பணிஸ்களை அள்ளி உள்ளே எறிந்தார்கள். மரணப் பசியில் இருந்த அனைவரும் இரண்டு கைகளையும் தூக்கி அவற்றைப் பிடிக்க முடிந்தாலும் பலத்த போட்டியில் சில கைகள்தாம் அவற்றைப் பற்றிக் கொண்டன. யார் கையிலோ இருந்து நழுவிய ஒரு பணிஸ் அகிலனின் கால் இடுக்கில் வந்து விழுந்தது. கால்களுக்குள் அதை பத்திரப்படுத்தியபடியே கொஞ்ச நேரம் இருந்த பிறகு அதை எடுத்து இரண்டாகப் பிய்த்து ஒரு பாகத்தை அப்படியே வாயில் வைத்து மூடி கையினால் பொத்திக் கொண்டான். ஏதாவது ஒரு கை அதை இருட்டில் பிடுங்கிக் கொள்ளும் என்ற பயம் அவனுக்கு வந்திருந்தது.

இரண்டு பகல் ஓடியதா இரண்டு நிலவு ஓடியதா என்று வரையறுத்துக் கூற முடியாது என்றாலும் அவர்கள் வெளிச்சத்தைப் பார்த்தது மூன்றாவது நாளாக இருக்க வேண்டும். நான்கு நெருப்புக் கம்பங்கள் கொளுத்திய இடத்தில் தான் இவர்களின் வாகனம் வந்து நின்றிருந்தது. அந்த இடத்தில் வைத்து இவர்களை மூன்றாகப் பிரித்து வேறு வேறு பாதையில் நடத்திச் சென்றார்கள். போகப் போக பெரிய மின் கம்பங்கள் தெரிந்தாலும் சுற்றிலும் காடு என்பதைப் பார்த்த உடனேயே தெரிந்து கொள்ள முடிந்தது. அந்த உயர்ந்த மின் கம்பங்க ளைத் தாண்டி ஒரு மலையும் தெரிந்தது. சில வேளைகளில் அது ஒரு குன்றாகவும் இருக்கலாம்.

நடந்து களைத்து வந்திருப்பதைத் தெரிந்து கொண்டு இவர்களை நிற்கவைத்து நன்கு குளிர்ந்த நீரினால் பீச்சி அடித்துக் கழுவினார்கள். இவர்களை சாப்பிட விரும்புகிறவன் மட்டுமே இவ்வளவு கழுவிக் கொள்வான் என்றுதான் தாசனுக்குப் பட்டது. அந்தப் பச்சை ஆடையையும் களைந்து விட்டு வெள்ளை வேட்டிக்கும், வெள்ளை அரைக்கை சேட்டுக்கும் மாறிக் கொண்டார்கள். இவர்களுள் இரண்டு பெண்கள்தாம் இருந்தார்கள். அவர்களுக்கும் இதே ஆடைகள்தான் வழங்கப்பட்டன. சேட்டுக்கு தெறிகள் இல்லை. தொழதொழப்பாக சேட்டு இருந்ததும் ஒரு பெரிய ஆறுதலாகத்தான் இருந்தது. அனைவரையும் விடியும் வரை ஒரு பெரிய மண்டபத்தில்தான் விட்டிருந்தார்கள். நான்கு சுவர்களைத் தவிர அங்கு அவர்களைக் கண்காணிக்கக் கூட ஒருவரும் இருக்கவில்லை. ஒரு பக்கச் சுவரில் இருந்த ஓர் ஆளின் பாதி உயரம் கொண்ட இரும்புக் கேற்றால் இவர்கள் உள்ளே தள்ளப்பட்டிருந்தார்கள். காற்று மேலே இருந்த சீற்றிற்கும் சுவருக்குமான இடைவெளியில் வந்திருக்க வேண்டும். உள்ளே கொஞ்சம் குளுமையாக இருந்தது அந்த இரவைக் கொஞ்சம் ஆசுவாசப் படுத்தியது.

கறள் பிடித்த இரும்புக் கேற்று திறந்த போது இவர்களை வெளியே அழைப்பதை விளங்கிக் கொண்டு இவர்களாகவே வெளியே போனார்கள். அந்த முற்றத்தில் இவர்களுக்கு சற்றுத் தள்ளி நான்கு மிக இளம் வயதுடைய பிக்குகள் நின்று கொண்டிருந்தார்கள். அவர்களுக்கு இருபது வயதுக்கு உள்ளே தான் இருக்கும். அவர்கள் எதுவும் பேசாமல் இவர்களையே வெறித்துக் கொண்டு நின்றார்கள். அவர்களில் ஒருவன் கை தட்டிய போது உத்தரவுக்குக் காத்திருந்தது போல நான்கு இராணுவத்தினர் இரும்புச் சங்கிலிகளுடன் ஓடி வந்து இவர்களை இரண்டு இரண்டு

பேராகப் பிணைத்துப் பூட்டினார்கள். அகிலனின் வலது காலும் கையும் அவன் பக்கத்தில் நின்ற ஒருவனுடன் பிணைக்கப்பட்டன. அப்போதும் இவன் அவனைத் தலை நிமிர்ந்து பார்க்கவில்லை. இவர்களுக்குப் பக்கத்தில் இருந்த உயரமான கம்பிக் கூட்டுக்குள் நின்ற ஒருவர் நவீனமான துவக்கு ஒன்றுடன் இவர்களையே பார்த்தபடி நின்றிருந்தார்.

திடீரென்று இவர்களை அந்தப் பவுத்த பிக்குகள் அடிக்கத் தொடங்கினார்கள். இவர்கள் கைகளால் தடுத்துக் கொள்ள முயன்ற போதும் மூர்க்கமான அடிகள் இவர்களின் உடலின் பாகங்களைப் பதம் பார்ப்பதைத் தவிர்க்க முடியவில்லை. அவை இரண்டடி நீளம் உள்ள ரப்பர் பைப்புகளாக இருக்க வேண்டும். அகிலன் தாசனை நிமிர்ந்து முதல் முறை பார்த்த போது அவன் கன்னத்தில் இருந்த கீறலில் இருந்து இரத்தம் வடிந்து ஓடிக் கொண்டிருந்தது. தாசனும் அகிலனைப் பார்த்தபடியே அடிகளைத் தடுக்கத் தீவிரமாகக் கையையும் காலையும் வீசிக் கொண்டிருந்தான். அவன் கையுடனும் காலுடனும் அகிலனின் வலது காலும் கையும் இழுபட்டுக் கொண்டு போயின. அகிலன் அவனை நிதானத்துக்கு கொண்டுவரும் முயற்சியில் தோற்றுப் போய் அவனின் கைக்கும் காலுக்கும் ஏற்றாற் போல அசைந்து கொடுக்கத் தொடங்கி இருந்தான். கொஞ்சமும் பழக்கம் இல்லாத பயிற்சி முறைகளில் ஒன்றாக அது இருந்ததால் அவர்கள் எல்லாரும் மிகவும் களைத்துப் போனார்கள். இவை அனைத்தும் ஒரு மூன்று நிமிடங்களுக்குள் நடந்து முடிந்திருந்தன. தாசன் அகிலனின் அருகமையை ஏற்றுக் கொண்டிருப்பதை அவனை ஊடுருவிப் போன பார்வை உறுதிப்படுத்தியது.

7

"நமக்கு தனிக் கொமாண்டர் வாறாராம்" என்று ஹசனிடம் சொன்னபோது அவருக்கு ஒன்றுமே விளங்கவில்லை. தினக்கூலிக்கு ட்ராக்டர் ஓட்ட வரச் சொன்னதை நம்பித்தான் ஹசன் இராணுவ முகாமுக்கே வந்தார். "வரமாட்டன்" என்று சொல்லிக் கொண்டு அந்த ஊரில் இருக்க யாருக்குத்தான் தைரியம் வரும். வந்த பிறகு எடுபிடி வேலைகள் கூடச் சொல்லத்தான் செய்தார்கள். அந்த முகாமில் பதினைந்துக்கும் மேற்பட்ட சோனகர்கள் வேலை செய்து கொண்டு இருந்தார்கள். சோறும் மாட்டுக் கறியும் அவர்களுக்குத் தாராளமாகப் போட்டார்கள். அதற்கு மட்டும் கொஞ்சமும் பஞ்சமே இல்லை. எந்த எடுபிடி வேலையையும் செய்யத் தயாராக இருந்தால் காசை சாணி போல முகத்தில் தூக்கி எறிய இராணுவமும் தயாராக இருந்தது. ஹசனுக்கு அது சரிவராத இடம் என்று தெரிந்தாலும் வேறு மார்க்கம் இல்லை. இஸ்லாமிய மார்க்கத்தைச் சேர்ந்தவர்களை மட்டும் ஏன் கூட்டுச் சேர்த்துக் கொள்கிறீர்கள் என்று எல்லாரையும் போல ஹசனும் கேட்கவில்லை. அவர் வீட்டில் மனிசியும் மூன்று பெண் மக்களும் அவரை எதிர்பார்த்தே எப்போதும் கிடந்தார்கள். அவர் கொண்டு போவதை விட, அவர் வீடு போய்ச் சேர்வதே அவர்கள் மனதை நிறைவு கொள்ள வைத்தது.

"கொமாண்டர் வந்தா நாம எல்லாம் அவருக்கு கீழையாம். ஆயுதங்கள் தனியாத் தருவாங்களாம். வாள் மட்டும் இல்லை, துவக்கும்தான். சம்பளமும் நிரந்தரம். அரசாங்க வேலை போலதான் என்று சொல்லுறாங்கள். அரசாங்க வேலையாவே இல்லை எண்டாலும் செய்யாம விடேலுமா? தமிழ் நாயள் எல்லாம் வாத்தியார் விதானை

எண்டு அரசாங்க சம்பளம் வேண்டேலையோ?" ஹசனுக்கு எல்லாம் காதுகளில் விழுந்து கொண்டுதான் இருந்தது. "பெரிய பிரபாகரன்... கள்ள மாப்ளோலிட மகன்" என்று அடிக்கடி சொல்லிக் கொண்டதும் கேட்டது. எப்படிப் பார்த்தாலும் பிரபாகரன் வந்து தன்னைக் காப்பாற்றப் போவதில்லை என்பது ஹசனுக்கு தெரியும். சரியோ பிழையே தற்போதைக்குக் காக்கிறதும் அழிக்கிறதும் இராணுவத்தின் கைகளில்தான் இருக்கிறது என்பதை அவர் நன்றாகவே உணர்ந்திருந்தார்.

"நமக்கு வரப் போற கொமாண்டருக்குப் பெயர் நஜீப்பாம். ஆள் நல்ல வெள்ளையாம், உயரமாம். தன்மையான ஆள் தானாம். ஐந்து வேளையும் தொளாம இருக்க மாட்டாராம்."

நஜீப் என்ற பெயரை அங்கு வேலை செய்த சோனகர்கள் மட்டும் சொல்லவில்லை இராணுவத்தினர் கூட அந்தப் பெயரை அசாதாரணமான சத்தத்தில்தான் சொல்லிக் கொண்டார்கள். நஜீப்பைப் பார்த்திருந்த ஒரு சில இராணுவத்தினர்தாம் அந்தக் காம்பில் இருந்தார்கள். அவர்கள் மட்டும் அவனைப் பற்றி ஒரு வார்த்தை பேசவில்லை. எப்போதும் அந்தப் பெயரைக் கேட்பதைத் தவிர்க்கும் விதமாக வேறு பேச்சுகளில்தான் ஆர்வம் காட்டினார்கள். நஜீப்பைத் பற்றித் தெரிந்து கொண்டால் பேச விருப்பம் வராது போல!

நஜீப்புக்கு சொந்த இடம் புத்தளம். ஆனால் யார் கேட்டாலும் 'அம்பாறை' என்றுதான் சொல்லுவான். அரசே கேட்டாலும் அம்பாறை என்று தான் சொல்லுவான் என்றாலும் அவன் சுற்றாத பகுதிகள் என்று எதையும் சொல்ல முடியாது. ஓ/எல் படித்திருந்தான். அரசாங்கவேலை என்று சொல்லும் அளவில் அவன் செல்வாக்காகவே சுற்றுவான். இலங்கை இராணுவத் தளபதிகள் முன்னே நிமிர்ந்து கதிரையில் இருக்க முடிந்த ஒருவனுக்கு செல்வாக்கு இல்லாமல் இருக்குமா என்ன?

நஜீப்புக்குப் பல சம்பவங்களில் நல்ல பெயர்இருந்தது. ஆனாலும், முதன் முதலில் நல்ல பெயர் எடுக்க செய்த சம்பவம் அவன் கையில் ரேகை போலப் படிந்து கிடந்தது. அவனின் புகைப்படங்கள் எதுவும் வெளியே தவறியும் போகக்கூடாது. யாருடனும் தனிப்பட்ட கூட்டு கூடாது என்ற அளவில்தான் அவன் இராணுவ அணி ஒன்றுடன் இணைந்து செயற்படத் தொடங்கினான். அவனுக்குக் கீழே அவனது பகுதியை சேர்ந்த சிலரும் கல்முனை,

ஏறாவூர் முஸ்லீம் இளைஞர்களும் இருந்தார்கள். அவர்கள் யாருடனும் அவன் முன்னப்பின்ன பழகியதில்லை. சம்பந்தமே இல்லாமல் அவர்கள் அவனின் கீழ் பணியாற்றுவதும், அவனைக் கண்டால் எழுந்து நிற்பதும் என்று மரியாதைக்கு ஒரு குறையும் இல்லை என்கிற அளவில் இருந்தான். எல்லாம் ஓ/எல் என்று கூட அவனே சில நேரம் நினைத்துக் கொள்வான். ஓ/எல் படித்தால் இப்படி மரியாதை கிடைக்குமா என்பது பற்றி எல்லாம் அவனிடம் யார் விவாதிப்பது?

அவனுக்குத் தனியாகஒருபச்சை நிற வான் கொடுத்து இருந்தார்கள். இராணுவ காம்பில் நின்றாலும் அது அவனுக்குத்தான் சொந்தம். அவ்வப்போது வந்து காம்பில் பெற்றோல் கணக்கு காட்டிவிட்டு போவான். பெரும்பாலும் அவனுடன் நின்ற இளைஞர்களுக்கு இருபத்திரெண்டு அல்லது இருபத்து மூன்று வயதுதான் இருக்கும். இவனுக்கு வயது முப்பத்திரெண்டு என்றாலும் பார்க்க அந்தளவுக்கு உடற்கட்டு இல்லை. என்றாலும் கூட எடுப்பான தோற்றம் கொண்ட ஆள்தான். அந்த எடுப்பான தோற்றத்துக்கு ஏற்றாற் போலப் பெரிதாக ஒரு கதைதான் இல்லாமல் இருந்தது. அதற்கு அவன் காதிருக்கவில்லை என்றாலும் அதுவே அவனைத் தேடி வரத்தான் செய்தது.

ஒரு நாள் இராணுவத்தினர் ஒரு கறுத்ததடியனுடன் அவனையும் ஒரு கிராமத்துக்கு அனுப்பினார்கள். அந்த தடியனின் உருவம் இலங்கையில் அல்ல ஆசியாவிலேயே பிறந்திருக்க வாய்ப்பு இல்லாத உருவம். "ஆப்பிரிக்காப் பக்கம்" என்று சொன்னால் நஜீப் நிச்சயமாக நம்புவான். அங்கு இவர்கள் போகும் போதே ஒரே ஓலமும் ஓட்டமுமாக இருந்தது. ஒரு கோவிலடியை சுற்றிய பகுதியில் வீடுகள் சில எரிந்து கொண்டு இருந்தன. மக்கள் ஆங்காங்கு ஓடினார்கள், எல்லோரும் தமிழர்கள் என்று தெளிவாக குரல்களில் தெரிந்தது. "செல்லச்சன்னிதியானே" என்று அலறிக்கொண்டு ஓடி வந்த ஒரு கிழவனை யாரோ ஒருவன் முதுகில் வெட்டிய வேகத்தில் இவன் வந்த வானை ஒட்டி வந்து விழுந்தான். கொஞ்ச நேரம் துடித்து கைகள் மட்டும் வேகமாக ஆட்டிக் கொண்டு அதே இடத்தில் சவம் ஆனார் அந்தக் கிழவன். சவம் ஆன பின்னும் கூடுதலாக ஒரு வெட்டு மண்டையில் விழுந்தது.

என்ன... ஏது... என்று ஒரு நிமிஷம் சுதாரிப்பதற்குள் நஜீப்பின் கையில் ஒரு நீண்ட மினுங்கிய வாளை வைத்துவிட்டான்

கூட வந்த கறுத்ததடியன். அவன் தன் உருவத்துக்கு ஏற்ற இன்னும் பெரிய ஒளிரும் வாள் ஒன்றை வைத்திருந்தான். திடீர் என்று நஜீப்பை அப்படியே விட்டுவிட்டு அந்த பக்கம் காலில் வெட்டுப்பட்டு இழுத்து இழுத்து ஓடிய ஒரு மத்திய வயதுக்காரனைத் துரத்திக்கொண்டு ஓடினான். முதல் வெட்டு அவனின் இடது தோளில் விழுந்தது. அதற்கு மேல் ஓட முடியாமல் தடியனைப் பார்த்துக்கொண்டே முன்னோக்கித் தவழ முயன்றவனை ஒரு கணமும் தாமதிக்காமல் காலில் ஒரே வெட்டாக வெட்டினான். தொடையோடு ஒரு கால் அப்படியே இரத்தத்துடன் துடித்து நின்றது. அடுத்த வெட்டு நேரடியாக மண்டையில்தான். வெட்டிய வேகத்தில் நஜீப்பைப் பார்த்து "போடா... மயிரப் பார்க்கவோ வந்தனி" என்று கத்தினான். மிரண்டு நின்ற நஜீப் இருகைகளிலும் அந்த நீண்ட வாளை உயர்த்திப் பிடித்தான். வெறிகொண்டவன் போல ஓடியவன் சற்றுத் தூரம் போய் மீண்டும் குழப்பத்துடன் நின்றான். அவனுக்கு ஏன் வெட்டுவது? யாரைவெட்டுவது? என்று பெரும் குழப்பமாக இருந்தது.

கறுத்த தடியன் எதையோ இவன் முகத்தில் உற்றுப் பார்த்துவிட்டு சற்றுத் தூரத்தில் வெட்டுப்பட்டுக் கிடந்த கிழவி ஒருத்தியை சுட்டிக்காட்டி "வெட்டு" என்றான். தடியனின் வெறிகொண்ட முகத்தை உற்றுப் பார்த்துக் கொண்டே வாளால் ஓங்கி ஓங்கிக் கிழவியை வெட்டினான். அந்த உடலை அதற்கு மேல் யாராலும் சிதைக்க முடியாது. சில வெட்டுகள் உடலையும் தாண்டி மண்ணில் ஆழமாக விழுந்தன. வேகத்தைக் கட்டுப்படுத்த முடியாமல் வாளை மேலும்மேலும் சிலமுறை காற்றில் வீசியவனை முதுகில் தட்டிக் கூட்டிப்போனான் கறுத்த தடியன்.

ஒரு வீட்டின் மரக்கதவை ஒட்டி நாலு பேருக்கும் மேல் குந்தி இருந்தார்கள் அதில் சிலர் சாரத்துடன், அப்படியே சோனக வாடை அடித்தது பேச்சில். இராணுவத்தினர் என்று யாரும் தனியாக அங்கு இல்லை. வீட்டுக்குள் முனகல் குரல்கள் கேட்டன.

சற்று நேரத்துக்குப் பின் வந்த பச்சை வான் ஒன்றில் இருந்து யாரோ ஒருவன் கையைக் காட்டிவிட்டுப் போனான். அவன் அவர்களின் கொமாண்டராக இருக்க வேண்டும். ஊர்க்காவல் படையில் எத்தனை பேர் இருந்தார்கள்? அவர்களுக்கு எத்தனை கொமாண்டர்கள் இருந்தார்கள்? என்பதெல்லாம் இலங்கை அரசின் இரகசிய கட்டமைப்புகளை இயக்குவோருக்கு முழுதாகத்

தெரிந்திருக்கலாம். சோனகர்களை முழுமையாக உள்வாங்கிய ஓர் ஆயுத அமைப்புக்கு ஏன் ஊர்க்காவல் படை என்று பெயர் வைத்தார்களோ தெரியவில்லை. ஒரு வேளை தனியாகப் பிரிந்து போக பெயரும் உதவி விடும் என்று நினைத்தார்களோ தெரியவில்லை!

கொஞ்சம் கொஞ்சமாக அந்த மரக்கதவு உடைக்கப்பட்டது. நஜீப்பையும் கூடத் தள்ளிக் கொண்டு தடியனும் மேலும் இருவரும் உள்ளே போனார்கள். உள்ளே பதினேழு பேர் இருந்தார்கள். அவர்கள் வேறுவேறு குடும்பங்களாக இருக்க வேண்டும். எல்லாரும் நெருக்கிக்கொண்டு, குழந்தைகளைத் தங்கள் பக்கம் திருப்பிப் பிடித்துக் கொண்டு, சுவர் மூலை ஒன்றை ஒட்டி நின்றார்கள். அவர்களின் பாதங்களின் கீழே சிறுநீர் ஈரங்கள் படர்ந்து கிடந்தன. ஒருவருமே அங்கிருந்து அரக்கிப் போகவில்லை. இன்னும் சில வாள்கள் வேறு வாசல் வழியாக உள்ளே வரவும் நஜீப்புக்குக் கைப்பிடியில் பலம் கூடியது போல இருந்தது. வந்தவர்கள் கொஞ்சமும் தாமதிக்கவில்லை, அந்தக் குடும்பங்களின் மேல் சர்வசாதாரணமாக வாள்களை வீசத் தொடங்கினார்கள். எங்கும் அசைய முடியாமல் ஒருவருக்கு மேல் மற்றொருவர் விழுந்து வெட்டுப்பட்டார்கள். கொஞ்சம் தள்ளி விழுந்தவர்களைத் தப்பிக்க விடாமல் தடியனும் நஜீப்பும் கூட நின்றவர்களும் அவர்கள் பங்குக்கு வெட்டினார்கள். கறுத்த தடியன் ஒரு காலால் கிழே கிடந்த ஓர் ஆளைத் திருப்பிப்போட்டு வெட்டி நஜீப்புக்குக் கண்ணைக் காட்டினான். நஜீப்பும் சூனியத்துக்குக் கட்டுப்பட்டவன் போல துரிதகதியில் அந்த ஆளின் மண்டையில் வெட்டினான். பிறகு அவனாகவே அங்கு தென்பட்ட மண்டைகளில் எல்லாம் எட்டி எட்டிக் கொத்தினான். கொஞ்ச நேரத்தில் வெட்டுப்பட்ட உடல்களுக்கு இணையாகவே இவர்களும் இரத்தத்தில் குளித்து நின்றார்கள்.

இரண்டு மணி நேரத்தில் எல்லாமும் முடிந்திருந்தன. அதே இரத்தத்துடன் எல்லாரும் வான்களில் ஏறினார்கள். வான் முழுவதும் கொடும் இரத்த வாடை. நஜீப்பும் நெருக்கி அடித்துக் கொண்டு அவர்களுடன் பயணித்தான். அந்த வான் வெளியே மட்டும் தான் தூய பச்சையாக இருந்தது.

இரண்டாவது தடவை அவர்கள் போனது ஒரு மிகச் சிறிய தமிழ்க் கிராமம். வழக்கம் போல எந்த சலசலப்பும் இல்லாமல் அமைதியாக இருந்த கிராமத்தில் என்ன செய்யப்போகிறோம்

என்பது கூடத் தெரியாமல் நின்றான் நஜீப். அவன் கூட நின்ற நான்கு சோனக இளைஞர்களும், அவன் என்ன சொல்லப் போகிறான் என்று எதிர்பார்த்து நின்றார்கள். தடியன் "வெட்டுங்கடா பூந்து" என்று கத்திய போதுதான் எல்லாரும் ஒரு கணம் திரும்பிப்பார்த்தார்கள். அந்தக் கிராமத்தின் முகப்பில் இருந்த நாலைந்து வீடுகளை நோக்கி வாள்களுடன் ஓடினார்கள் ஐந்து பேரும். ஓர் இளைஞனைத் துரத்திக் கொண்டு போய்ப் படலையோடு சாய்த்து ஒரே வெட்டாகக் கழுத்தில் வெட்டினான் நஜீப். இரத்தம் பீறிட்டாலும் மறுபடி வெட்டத்தான் உயிர் துடித்து அடங்கியது. அப்படியே அந்த வீட்டுக்குள் ஓடியவன் வெளியே வரும் போது மேலும் இரண்டு உயிர்களைப் பறித்தெடுத்து வந்தான்.

அலறல்கள் எல்லா வீடுகளிலும் கேட்டன. மேலும் சில வான்கள் வேகமாக வந்து நின்றன. வீடு வீடாகத் தேடிச் சிலரை இழுத்துப் போட்டு வெட்டினார்கள். அவர்கள் வெட்டுவதில் ஒரு குறிப்புடன் செயற்பட்டது போலத் தெரிந்தது. சில வீடுகளில் இருந்த இளம் பிள்ளைகளை மட்டும் மிகச்சரியாகக் கண்டுபிடித்தது போலப் பத்திரமாக வான்களில் தூக்கிப் போட்டார்கள். அவர்கள் அனைவருமே பார்க்க வடிவானவர்களாக, தனியாகத் தெரிந்தார்கள். அந்தக் குழுவின் நடவடிக்கை நஜீப் குழுவின் நடவடிக்கை போல இருக்கவில்லை. ஆனால், அவர்களும் தூய சோனகர்களாக இருந்தது மட்டும் உண்மை. மண்ணெண்ணை கான்களை அப்படியே வீடுகளுக்கு உள்ளே தூக்கிப்போட்டு நெருப்பை வைப்பதுடன் எல்லாரும் அப்படியே கூட்டமாகத் திரும்பிப் போனார்கள். இவர்கள் போகும் பாதையை ஒட்டியே பல ஆண்களும் பெண்களும் தலைதெறிக்க ஓடிக்கொண்டு இருந்தார்கள். சிலர் ஓட முடியாமல் ஆங்காங்கு இருந்த பத்தைகளை நோக்கி ஓடிப் போய்ப் பதுங்கிக் கொள்ள முயன்றார்கள். வான்கள் நிற்காமல், அவர்களைக் கணக்கில் எடுக்காமல் ஓடின. ஆனால், வான்களில் இருந்து கெட்டவார்த்தைகளும் ஊளைகளும் தொடர்ந்து கேட்டுக் கொண்டுதான் இருந்தன.

எப்போதும் வெட்டித் தள்ளிக் கொண்டு முன்னேறிப் போக விரும்பிய நஜீப்பின் கனவுகளுக்குக் கிடைத்த வடிகால்தான் திராய்க்கேணி. அடையாளப்படுத்தப்படாத இராணுவ அணியுடன் நஜீப்பும் வேறு பலரும் இறக்கப்பட்டார்கள். முன்னூற்று ஐம்பதுக்கும் மேலான குடும்பங்களை அங்கிருந்து

35

முற்றாக அழித்தொழிப்பது திட்டம். அதற்கான சோனக ஆள் சேர்ப்பை நஜீப்பும் முன்நின்று செய்தான். காசு என்றவுடன் அவனின் கூட்டாளிகள் பலர் உடனே வந்து விட்டார்கள். நஜீப் அன்று தான் அவர்களுடன் ஒரு தனி அணியாக இறங்கினான். சாரங்களைத் தூக்கிக்கட்டிக்கொண்டு ஆளுக்கு ஒரு கொடும் வாளுடன் இறங்கினார்கள்.

காலை நேரமாதலால் அந்த ஊரே சற்று மெதுவாக வாழ்க்கையின் ஓட்டத்துக்குத் தயாராகிக் கொண்டு இருந்தது. அடையாளமற்ற இராணுவ சுற்றிவளைப்பு என்று புரிந்துகொள்ளக் கூட அவர்களுக்குப் போதிய நேரம் இருக்கவில்லை. வாள்களுடன் துரத்தப்பட்டு வீடுகளுக்குள் போனவர்கள் அப்படியே வைத்து அடைக்கப்படார்கள். தெரு வழியே போனவர்கள் கேள்விக்கு நீட்டிய கையில் முதல் வெட்டும் அடுத்த வெட்டு மண்டையிலும் விழுந்தது. யாரும் எங்கும் ஓட முடியாதபடி கூட்டம் கூட்டமாக வளைத்து வளைத்துத் துரத்தித் துரத்தி வெட்டப்பட்டார்கள். பதினொரு மணி அளவிலேயே முன்னூற்றுக்கும் மேலான வீடுகள் எரிந்து கொண்டு இருந்தன. உதவிக்கு யாரும் வரவில்லை. உதவ வேண்டியவர்கள்தாம் அழித்தொழித்துக் கொண்டு நின்றார்கள். அறிவிக்கப்படாத தாண்டவம், அரசுக்கு முன்னமே நன்றாகத் தெரிந்த தாண்டவம் ஆட்டி எடுத்தது அந்த நிலத்தை.

ஒரு பாவமும் அறியாத உயிர்களில் ஒன்றுதான் சரோசா. பதின்மூன்று வயது மட்டுமே நிரம்பிய சரோசா. நஜீப்பின் கண்களில் பட்டிருக்கவே கூடாது. அவன் பார்த்துக் கொண்டு இருந்தது முற்றிலும் பிணங்களைத்தானே. அவன் கண்ணில் தான் சரோசா விழுந்தாள். அது சாவுக் குழிதான் என்று அவளுக்குத் தெரிந்திருக்க வாய்ப்பில்லை. ஒரு வீட்டின் வாசலில் வாளால் வெட்டப்பட்டு அரை உயிராகத் துடித்துக் கொண்டு கிடந்த தாயை எப்படியோ தப்பித்த சரோசா வீட்டின் உள்ளே இழுத்துப் போட முயன்று கொண்டிருந்தாள். தப்பி விடலாம் என்ற நிராசை அப்போதும் அவளுக்கும் இருக்கத்தான் செய்தது. நஜீப்பின் கண்களில் விழுந்த நொடியே அவள் முடிவை நோக்கிப் போய்விட்டாள். அவர்களை நோக்கி ஓடிப்போன நஜீப் அவள் தாயைக் காலால் மிதித்துக்கொண்டே அவளை வீட்டின் உள்ளே சுவரோடு தூக்கி எறிந்தான். அதில் ஒரு கொலை வெறி இருந்தது. சுவரில் முகம் அடிபட்டு இரத்தம் மூக்கில் இருந்து தெறிக்க மிரண்டு போய்ப் பார்த்த அவளை அவன் மிருகமாய்ப் பாய்ந்து

தின்றான். முகத்தில் இருந்து பச்சை இரத்தம் வடிந்தோட வெளியே வந்த அவனைக் கொஞ்சம் மிரண்டுதான் பார்த்தான் அத்தனை கொலை செய்த அந்தக் கறுத்த தடியன்.

சற்று நேரம் வானில் ஓய்வாகக் குந்திய நஜீப் மற்றவர்கள் இன்னும் சற்று வேட்டை ஆடட்டும் என்று உற்சாகக் கூக்குரல் எழுப்பிக் கொண்டே இருந்தான். “அந்தவீடு... அடுத்தவீடு” என்று அவர்களுக்குக் கைகாட்டிச் சிரித்தான். சட்டென்று என்ன நினைத்தானோ யாரும் எதிர்பார்க்காத வண்ணம் சரோசா வீட்டுக்குள் புகுந்து அரை உயிராகக் கிடந்த அவளைத் தூக்கி வானில் போட்டுக்கொண்டு போனான். சில மணி நேரம் கடந்து அவன் திரும்பி வந்தபோது அந்தத் தமிழர் கிராமத்தில் வேட்டையும் முடிந்து பொழுதும் மத்தியானத்தில் நின்றது.

சரோசா எங்கே என்று கேட்க வேண்டிய அவசியம் அவர்கள் யாருக்கும் இருக்கவில்லை. அப்போது வானின் பின் பகுதியில் இருந்து ஓர் உயிரின் கடைசி ஓசைகள் எழும்பி வந்ததை வானத்தில் மறைந்திருந்த பிறைகள் கேட்டுப் பேச்சற்றுத் துடித்தன. உயிர் இருப்பதை யாரும் உணர முடியாத உடலைக் கீழே இழுத்துப் போட்டான் நஜீப். மூன்று முறை கை தட்டினான். அதன் பொருள் உணர்ந்து இரத்தம் தோய்ந்த கைகள் அவளைச் சூழ்ந்து நின்று கொண்டன. “இந்த வேசை ஒரு விபச்சாரி. இவளுக்கான தண்டனை நாம் எல்லாரும் அறிந்தது தானே” என்று அவன் சொல்லி முடித்துக் கண்களை மூடி. வானத்தைப் பார்த்தான். அங்கு நின்ற பதினேழு பேரும் பாவக் கற்களால் அவளின் நைந்து போன உடலைக் குறி பார்த்து எறிந்தார்கள். ஒவ்வொரு கல்லும் மிஞ்சியிருந்த அவள் உயிரை உடலில் இருந்து பிரித்தெறிந்து மண்ணில் உருண்டது.

8

அந்த இடம் ஒரு நீண்ட சீமெண்ட் குழாய் போன்ற அமைப்பில் இருந்தது. முன்னும் பின்னும் மட்டுமே மஞ்சள் மின் விளக்குகள் எரிந்து கொண்டிருந்தன. இரண்டு பேருக்கு மேல் பின்னாலோ முன்னாலோ நிற்போரை அடையாளம் காணக் கூடியதாக இல்லை. செவ்வாடையை நேர்த்தியாக அணிந்த புத்த பிக்கு ஒருவர் இவர்களுக்கு முன்னே நின்றிருந்தார். மிகவும் வயதானவர் என்பதற்குக் கூடுதல் அடையாளமாய்க் கையில் மரத்தாலான ஊன்றுகோல் உதவியுடன் நின்றிருந்தார். மூக்குக் கண்ணாடி அணிந்திருந்த போதும் அவர் பார்வை அதைத் தாண்டி ஊடுருவும் தன்மையை வெளிப்படுத்தியது. அவருடைய சாந்தமான முகத்துக்கு அந்தப் பார்வை எந்த வகையிலும் ஒத்துழைக்கவில்லை. அவர் நீண்ட காலத்திற்கு இந்த விடயத்தில் போராடி இருக்கக் கூடும் என்றாலும் அதில் படு தோல்வியின் குழிகள் முகத்திலேயே அடையாளமிட்டிருந்தன.

அகிலனுக்கு முன் ஒரு பத்துப் பேர் நின்றிருப்பது போல இருந்தது. இரண்டு மூன்று பேர் வேறு ஒரு பகுதிக்குப் போன பிறகுதான் முன்னே நடப்பதை அவனால் தெளிவாகக் கவனிக்க முடிந்தது. அந்த சாந்தமான சிவப்பு அங்கி அணிந்த பிக்குவின் முன் ஒரு மண் சட்டியில் வெள்ளைத் தூள் கொட்டப் பட்டிருந்தது. கூர்ந்து கவனித்த போதுதான் அது திருநீறு என்று உணர்ந்து கொள்ளக் கூடியதாக இருந்தது. அகிலன் சிறுவயதில் தொடர்ந்து திருநீறு பூசி இருக்கிறான். குளித்து முடித்து வந்ததும் சாமி அறைக்குள் இருக்கும் தட்டில் இருக்கும் திருநீற்றைப் பூசிக் கொள்வது வழமையாக இருந்த பழக்கம்தான். அப்பாவுக்கு வெளியே போகும் போது

முதலில் திருநீறு பூசிக் கொள்ளும் வழக்கம் இருந்தது. திருநீறு பூசாத முகங்களைக் காண்பது ஊரில் அரிதான ஒன்றுதான் என்றாலும் ஒவ்வொருவர் நெற்றியும் மாறுபடும். நெற்றி நிரம்பிய திருநீறு. மூன்று கோடுகள் தெளிவாகத் தெரியும் திருநீறு, ஒரே ஒரு கோடு நீளமாக திருநீறு. ஒரு சாண் அளவும் கண் புருவங்களுக்கு இடையில் திருநீறு. இப்போது அவர்களின் முன்னே ஒரு மண் சட்டி நிரம்பவும் இருந்த திருநீறு எந்த வகையான தண்டனை தரப் போகிறது என்ற ஆர்வத்தை கொஞ்சம் தூண்டியது உண்மைதான்.

தாசன் அகிலனுக்கு அருகில்தான் நின்றான். இதுவரை அகிலன் அவனை திருநீற்றுடன் பார்க்க எந்த வாய்ப்பும் இல்லை. கூட்டம் முன் நகர இவர்கள் ஆளையாள் திரும்பிப் பார்த்துக் கொண்டார்கள். ஒரு வேளை தாசன் வீட்டில் இருந்து வெளியே வரும் போதெல்லாம் திருநீற்றை அழித்து விடுகிறவனாக இருக்கலாம் என்றும் ஓர் எண்ணம் அகிலனுக்கு உள்ளே ஓடியது. இவர்கள் இருவரில் இருந்தும் வெளிப்பட்ட பேசும் ஆர்வம் கூட முன்னே போனவர்கள் ஒருவரிலும் இருப்பதாகத் தெரியவில்லை. பேசச் சொன்னாலும் அமைதியாகத்தான் இருப்பார்கள் போல தெரிந்தது. அந்த சாந்தமான முகம் கொண்ட பிக்குவும் எதுவும் பேசாமல் இப்போது கை கட்டிக் கொண்டு நின்றிருந்தார். கை மார்பில் இல்லை கீழே இறங்கி பிணைந்து தொங்கிக் கொண்டிருந்தது. முன்னே போனவர்கள் அவரை நேருக்கு நேர் பார்க்காமல் ஒவ்வொரு கை திருநீற்றை அள்ளி நெற்றியில் பூசிக் கொண்டு இன்னும் ஓர் இருளை நோக்கி நகர்ந்து போய்க் கொண்டு இருந்தார்கள். அகிலனும் ஒரு கை அள்ளிக் கொண்டு அவர்களைப் பின் தொடர்ந்து போனான். திரும்பித் திரும்பிப் பார்த்தபடியேதான் போனான். ஓம், தாசன் வலு நிதானமாக திருநீற்றை அள்ளி நெற்றி நிறையப் பூசிக் கொண்டே அவன் பின்னால் அணிவகுத்துச் சென்றான்.

அடுத்து இருந்த இருண்ட அறையில் ஒரு வெண் திரை மட்டும் இவர்களுக்கு முன்னே தொங்கிக் கொண்டிருந்தது. அவ்வளவு பரிசுத்தமான வெண் திரையை இவர்கள் யாரும் அதற்கு முன் கண்டறிந்திருக்க எந்த வாய்ப்பும் இல்லை. இவர்கள் அதைப் பார்த்துக் கொண்டு நின்றார்கள். சில நிமிடங்களுக்கு மேல் எதுவும் விளங்காமல் ஒருவரை ஒருவர் திரும்பிப் பார்க்கத் தொடங்கி இருந்தார்கள். திரும்பிப் பார்த்துக் கொண்ட ஒவ்வொருவர் நெற்றியிலும் திருநீறுதான் நிறைந்து கிடந்தது.

தாசனைத் தவிர வேறொருவரும் நிதானமாகத் திருநீற்றைப் பூசியதாகத் தெரியவில்லை. அகிலன் தாசனை மட்டும் இப்போது இன்னும் கூர்ந்து பார்த்தான். உண்மையில் அவன் முகம் ஞானப்பழமாகத்தான் இருந்தது. அதை அவன் சொன்னாலும் தாசன் கணக்கில் எடுக்கவோ நம்பப்போவதோ இல்லை. வெண் திரை சற்றே ஒரு பக்கமாக சுருண்டதும். கண்களை மூடிக் கொண்டு புத்தர் இருக்கும் திரைச்சீலை இவர்களின் கண்களை நிறைத்தது. அது ஒரு செவ்விளநீர்க் கோம்பை நிறத்தில் இருந்தது. அப்போது அந்த அறையின் நான்கு மூலையிலும் இராணுவத்தினர் சிலை போல வந்து நின்று கொண்டார்கள். அவர்களின் உடலொடு ஒட்டிய துவக்கு பிரிக்கவே முடியாமல் கைகளில் இறுகிப் போய் இருந்தது.

சற்று நேரத்தில் அந்த செவ்வாடை அணிந்த பிக்கு புத்தரின் திருவுருவை மறைக்காமல் அதற்கு இடது புறமாக நின்று கொண்டு அனைவரையும் ஒரு முறை சரி பார்ப்பது போல பார்த்துக் கொண்டார். "எல்லாரும் வணங்குங்கள்" என்று எங்கிருந்தோ ஒரு குரல் ஆணையிட்டது. ஏதோ ஒரு நவீன கூண்டில் அடைக்கப்பட்ட செந்தமிழாக அது இருந்தது. இவர்கள் எல்லாரும் கைகளை நெஞ்சில் ஏந்தி கும்பிடத் தொடங்கினார்கள். இவர்களைப் பார்த்து ஒரு மென்மையான சிரிப்பை உதிர்த்த செவ்வாடை அணிந்த பிக்கு தனது வலது கையை இவர்களை நோக்கி நீட்டினார். அது மேற்புறமாகத் திரும்பி இருந்தது. இவர்கள் அடுத்து என்ன செய்வது என்று தெரியாமல் முழித்துக் கொண்டு நின்றார்கள். பலரின் கைகள் இன்னும் நெஞ்சில் குவிநததபடியே இருந்தன. "அனைவரும் உங்கள் வலது கைகளை நீட்டுங்கள். உங்கள் அருகில் நிற்கும் சகோதர்களை அதில் காறி உமிழச் சொல்லுங்கள்." தொடர்ந்து ஒலித்துக் கொண்டே இருந்தது அந்தக் குரல் இப்போது கடுமையான குரலாக மாறிக் கொண்டிருந்தது. தாசன் உடனேயே அகிலனின் கையைப் பிடித்து அதில் துப்பி விட்டு ஆவலோடு அவன் கையை நீட்டிப் பார்த்துக் கொண்டு நின்றான். "இப்போது நெற்றியில் இருக்கும் சாம்பலை அழியுங்கள். சரியாக அழித்துக் கொள்ளுங்கள்." அகிலனும் இப்போது எதற்கோ கட்டுப்பட்டவன் போல அங்கிருந்தவர்களுடன் சேர்ந்து நெற்றித் திருநீற்றை அழிக்கத் தொடங்கியிருந்தான். அவன் கையில் முதலில் துவக்கு தூக்கிய போது ஏற்பட்ட நடுக்கம் இப்போது பரவி இருந்தது. தாசன் அவனை விடவும் அவசரமாக அழித்து முடித்திருந்தான். அவன் முகத்தில் விளங்கிக் கொள்ள முடியாத

ஒரு தீவிரம் பரவிக் கொண்டிருந்தது. சிறிய இடைவேளைக்குப் பிறகு மறுபடியும் ஒலிவாங்கியின் உயிர்ப்பு காற்றில் கரகரத்துக் கேட்டது. "பரிசுத்தமான தூய உள்ளத்துடன் நாம் இப்பூமியில் வாழ வேண்டும். அதற்கு இப்போது முதல், இந்த நொடி முதல் நீங்கள் ஒவ்வொருவரும் முழுமையான சுத்தப் படுத்தலுக்குத் தயாராக வேண்டும். இப்போது மறுமடியும் தூய உள்ளத்துடன் வணங்குவோமா... எல்லாரும் கண்களை மூடி ஆழ மூச்சை உள் இழுத்துக் கொண்டு வணங்குவோம்." செவ்வாடை அணிந்த பிக்கு கண்களை மூடிக்கொண்டு நின்றிருந்தார். அவர் முகத்தை சாந்தத்தின் நிழல் கிளை பரப்பி நிறைத்திருந்தது.

அடுத்த அறையில் சுண்ணாம்பின் வாடை நிறைந்திருந்தது. மிகவும் தூய்மையாக இருந்த அந்த அறையில் நுழையும் போதே வாசலின் இரண்டு பக்கமும் நின்ற பிக்குகள் இருவர் ஒவ்வொருவர் கையிலும் ஒரு வெள்ளைத் தாளையும் மிகச்சிறிய பென்சிலையும் வழங்கினார்கள். இவர்களைப் பாவிகள் போலப் பார்த்த அவர்களின் முகங்களின் கருணை நிறைந்திருந்தது. ஒலிவாங்கி அங்கும் உயிர் பெற்றதற்கு ஆதாரமாகக் கரகரத்து கட்டளையிடத் தொடங்கியது. "உங்கள் மனதில் இருக்கும் புத்த பகவானை வரைந்து காட்டுங்கள். மீண்டும் சொல்கிறேன்... உங்கள் மனங்களில் தோன்றி இருக்கும் புத்த பகவானை வரைந்து காட்டுங்கள். அந்தத் தூய உருவை உங்கள் சொந்த எண்ணங்களில் இருந்து வரையுங்கள்." அறையில் நிறைந்திருந்த அனைவரும் சுற்றுமுற்றும் பார்த்தார்கள். அந்த அறையின் எந்தப் பக்கம் திரும்பினாலும் சுண்ணாம்பின் தூய வெண்மை மட்டும்தான் கண்ணில் பட்டது. கட்டளை எதுவும் பிறப்பிக்கப்படாமலே நிலத்தில் குந்தியிருந்த வரைய முற்பட்ட சிலரைப் பார்த்து அனைவரும் கீழே குந்தியிருந்தார்கள். தாசனால் அந்தப் பென்சிலை ஆடாமல் பிடிக்கவே முடியவில்லை. விரல்களின் நடுவே அது தடுமாறிக் கொண்டிருந்தது. அந்த வெள்ளைத் தாளில் வரைந்து விட்ட ஒரு கோட்டையும் அழிப்பதற்கு எந்த மார்க்கமும் இல்லை. எல்லார் கைகளும் அந்த சுண்ணாம்பு அறையில் வியர்த்திருந்தன. யாரும் யாருடனும் பேசிக் கொள்ளவில்லை. அத்தனை பேரின் ஆர்வமும் வெள்ளைத் தாளில்தான் குவிந்திருந்தது.

அடுத்த அறையின் கதவு இரும்பால் ஆனதாக இருந்தது. அதனுள் ஒவ்வொருவராகவே அனுமதிக்கப்பட்டார்கள். அந்த அறையின் உள்ளே போனதும் முட்டிக் காலில் நின்று கொண்டு

வரைந்த சித்திரத்தை ஒப்படைக்கக் கட்டளையிட்டார்கள். அங்கு ஒலிபெருக்கியின் சத்தம் ஏதும் வரவில்லை. புத்தரின் சித்திரங்களை வரிசையில் தலையைக் குனிந்து அமர்ந்திருந்த பிக்குகள் மூவர் ஆழ ஊடுருவிப் பார்த்து விட்டு அதில் ஏதோ ஓர் எண்ணைக் குறிப்பிட்டு அருகில் நின்ற இராணுவத்தானிடம் கையளித்தார்கள்.

ஒவ்வொரு புத்தரின் சித்திரத்திற்கும் புள்ளிகள் இடப்பட்டிருப்பதை பின் புறங்களில் அடிக்கத் தொடங்கிய பிறகுதான் இவர்களால் புரிந்து கொள்ள முடிந்தது. நூற்றுக்கு அறுபது புள்ளிகள் பெற்ற ஒருவனுக்கு நாற்பது முறை குண்டியில் விளாசினார்கள். ஒவ்வோர் அடிக்குப் பிறகும் இடைவெளி விட்டு உடல் முழுவதும் வலி பரவும் வரை பொறுமையாகக் காத்திருந்து அடுத்த அடியை அடித்தார்கள். அகிலனுக்கு முப்பத்தி ஏழு அடியும் தாசனுக்கு அறுபது அடியும் விழுந்தன. எண்பது அடிகள் வரையில் வாங்கிய பலரும் சுயநினைவு இல்லாமல்தான் அந்த அறையில் இருந்து இழுத்துச் செல்லப்பட்டார்கள்.

9

ஜீவமலர்... ஜீவமலர் என்று வழி நெடுகிலும் முணுமுணுத்துக் கொண்டுதான் வந்தார் ஹசன். அவரால் அந்தப் பேரை உச்சரிப்பதைத் தவிர்க்க முடியவில்லை. அதுவே அவருக்கு ஒருவித அச்சத்தைத் தந்தது. நல்ல வேளையாக இன்று காம்பில் இருந்து அழைப்பு வரவில்லை. எப்போதும் ஓய்வில் பிள்ளைகளுடன் இருப்பதையே ஹசன் விரும்புவார். இன்றைக்கு அதற்கும் மனம் கொள்ளவில்லை. பிள்ளைகள் முன் எதாவது புலம்பி விடுவோமோ என்ற தடுமாற்றம் ஏற்பட்டது. கடைக்குட்டி சுபைதா முன் யாராவது கண் கலங்கினாலே உடனே ஓடிப் போய் அம்மாவைக் கட்டிப் பிடித்துக் கொள்வாள். அன்று முழுவதும் அவள் பின்னால் அலைந்தாலும் சேர மாட்டாள். ஹசனுக்கு எங்கேயாவது எல்லாவற்றையும் கைவிட்டுக் கொட்டிப் போக வேண்டும். மனதில் அவ்வளவு நிறைந்து கிடந்தது. பரஞ்சோதி வீடுதான் அவருக்குச் சரி. எவ்வளவு பெரிய கதை சொன்னாலும் சாதரணமாக உணர்ச்சியை வெளிக்காட்டாமல் தலையை ஆட்டும் பரஞ்சோதியைப் பார்த்தால் சரியாகி விடும் என்று மனசுக்குப் பட்டது. உடனடியாக சாரத்தை இறுக்கிக் கட்டிக் கொண்டு இறங்கி நடந்தார். செருப்பில்லாமல் நடந்தால் அவரால் கொஞ்சம் வேகமாகவே நடக்க முடியும். இன்றைக்கும் செருப்புப் போடவில்லை. ஹசன் வெளியே போகும் போது ஓடி வந்து செருப்புக்குப் பக்கதில் நிற்கும் ஜெசீமாவை அன்றைக்குக் காணவில்லை. அவருக்கு செருப்பை ஞாபகப்படுத்த அவளுக்குத் தெரிந்த வழி அதற்குப் பக்கத்தில் வந்து நிற்பதுதான். செருப்பை அவர் போட்ட பிறகு உதடுகளைத் திறக்காமல் ஒரு

சிரிப்புச் சிரிப்பாள். "இன்றைக்கு வேலையில்லை" என்று சொன்ன போது கொஞ்சம் வாய் விட்டுச் சிரித்தாள். அவள் சிரித்த போது பிள்ளைகள் அவளையே பார்த்துக் கொண்டிருந்தன. கொஞ்சத் தூரம் அவள் எட்டிப் பார்க்கிறாளா என்று பார்த்தபடிதான் வீட்டில் இருந்து இறங்கினார். தேட முதல் போய் விட்டால் நிம்மதிதான்.

பரஞ்சோதிக்கும் ஹசனுக்குமான உறவை கப்பல் கட்டிப் பழகப்போன காலத்தில் இருந்து சொல்லலாம் அல்லது அல்லப்பிட்டிக் கிறிஸ்தவர் ஒருவரின் மகளைப் பின் தொடர்ந்த காரணத்திற்கு ஊரே திரண்டு "சோனகப் பயல்கள்" என்று தோலை உரித்து அனுப்பியதைச் சொல்லலாம். கடைசியில் விவசாயம் செய்து பிழைப்பதில் நீண்டிருந்த காலமும் சிங்கள குண்டர்கள் வயல்களைத் தொடர்ந்து நாசம் செய்ததில் முடிவுக்கு வந்திருந்தது. "சிங்களவன் மட்டுமா அடிச்சான்... அல்லப்பிட்டி தமிழனும்தான் அடிச்சான்" என்று ஹசன் அடிக்கடி சொல்லிக் கொள்வதில் பிலோமீனாவின் ஞாபகங்கள் கால் மணல் போல ஒட்டிக் கொண்டு இருப்பதை பரஞ்சோதியால் மட்டும் தான் விளங்கிக் கொள்ள முடியும். கடைசியில் பிலோமீனா ஒரு சைவ வெள்ளாளனுடன் ஓடியதில் கொஞ்சம் பிரச்சினை வந்தாலும், கிறிஸ்தவத்தைப் பெருக்க அந்த வெள்ளாளன் ஒத்துக் கொண்டதும் எல்லாம் சரியாகிப் போனது. இந்தக் கதை கடைசி வரை ஹசனுக்கோ பரஞ்சோதிக்கோ தெரிந்திருக்க வாய்ப்பில்லாமல் போனது. வாங்கிய அடியில் அவர்கள் இருவரும் அல்லப்பிட்டியை தமது வரைபடத்தில் இருந்தே நீக்கி விட்டிருந்தார்கள்.

பரஞ்சோதியின் வீடு விரைவில் நெருங்கி வந்தது. தன்னுடைய நடையின் வேகத்தால் தான் விரைவில் நெருங்கி வருகிறது என்று உணர்ந்து கொள்ளும் நிலையில் ஹசன் இல்லை. பரஞ்சோதி வீட்டுப் படலையைப் பிடித்துக் கொண்டு நாலா பக்கமும் தலையில் திருப்பிப் பார்த்துக் கொண்டார். அவருக்கே தன் செயல்கள் எல்லாம் விசித்திரமாகத்தான் இருந்தன. இராணுவத்தினரின் பழக்கங்கள் தனக்கும் தொற்றி விட்டதோ என்றும் சில நேரம் நினைத்துக் கொள்வார். இப்போதும் அப்படித்தான் தோன்றியது. ஆசுவாசத்துடன் மூச்சை இழுத்து விட்டு இன்னும் ஒரு முறை "ஜீவமலர்" என்று சொலலிக் கொண்டு படலையைத் தாண்டி உள்ளே போனார்.

பரஞ்சோதியின் வீட்டு முற்றம் பனையோலையால் மறைக்கப்பட்டிருந்தது. சரியாகக் காயாத பனையோலை வாசம் முகத்தில் அடித்தது. எப்படியும் நான்கு நாள் வெய்யிலில் காய்ந்து விடும், கவலையில்லை. அந்தப் பனையோலை வாசம் ஹசனை உள்ளே இழுக்கத்தான் செய்தது. அது அவருக்குக் கொஞ்சம் மூச்சு முட்டவும் செய்தது. முற்றத்தை எட்டிப் பார்க்கும் வரை வீட்டில் இருந்து யாரும் வெளியே எட்டிப் பார்க்காதது அவருக்குப் புதிதாகத்தான் இருந்தது. மாடுகள் எரிக்கப்பட்ட வெளியில் இருந்து இனம் புரியாத வாடை இப்போதும் கொஞ்சம் அடிக்கத்தான் செய்தது. அந்த வாடை மனதுக்கு மரத்துப் போனால் நல்லது என்று எப்போதோ எண்ணத் தொடங்கி இருந்தார் ஹசன். அதை நினைக்காமல் இருக்க வேண்டும் என்ற எண்ணமே மறுபடியும் மறுபடியும் அவரை அந்த சுழலுக்குள் இழுத்துப் போனது.

பரஞ்சோதி ஈரம் காயாத தலையுடன் வந்து குந்தும் வரையும் அகிலாதான் அறை வாசலில் நின்று ஹசனுடன் பேச்சுக் கொடுத்துக் கொண்டிருந்தாள். வாசற்படியில் இருந்து முற்றத்தையே வெறித்துப் பார்த்திருந்தார் ஹசன். அப்போது தன் பின்னே அகிலா நிற்பதே அவருக்கு ஒரு நெருக்கடி போலத்தான் இருந்தது. அகிலாவும் ஜீவமலரைப் போலத்தான் தெரிந்தாள். ஒவ்வொரு முறையும் இங்கிருந்து ஓடி விட வேண்டும் என்றுதான் தோன்றுகிறது. ஓட நினைப்பதற்கும் ஓட முடியாமல் இருப்பதற்கும் காரணம் ஒன்றுதான். இராணுவமும் ஊர்க் காவல் படையும். இராணுவத்தை விடவும் ஊர்க் காவல் படை மேல்தான் ஹசனுக்கு பயம் அதிகரித்தது. பல சோனகர்கள் ஊர்க் காவல் படையில் இணைந்திருந்தனர். இராணுவ முகாமில் பார்ப்பது போக ஊருக்குள் பலருக்கும் தொடர்பு இருப்பதை ஹசன் கொஞ்சம் கொஞ்சமாகத்தான் உணரத் தொடங்கி இருந்தார்.

இரண்டு நாட்களுக்கு முதல் சத்துருக்கொண்டான் இராணுவ முகாமில் வேலை என்று பேசிக் கொண்ட போது தனக்குப் பெரிதாக வேலை இல்லை என்றுதான் ஹசன் முதலில் நினைத்தார். ஆனால் அவருக்கும் ட்ராக்டருக்கும் தான் அன்றைக்கு அதிக வேலை காத்திருந்தது. "சத்துருக்கொண்டான் இராணுவ முகாமுக்கு ஆட்களை ஏற்றிப் போக வேண்டும்" என்று சொன்ன போது யாரை என்று தெளிவாகக் கூறவில்லை என்றாலும் வந்து ஏறியவர்களை ஹசனுக்கு ஓரளவு தெரிந்திருந்தது.

அக்கம் பக்கம் ஊர்க்கார ஆட்கள் மட்டுமன்றி அவரின் ஊர்க்கார இளைஞர்களும் அதில் இருந்தார்கள். அதில் பலரையும் பள்ளிவாசலில் பார்த்ததுதான் உடனே ஞாபகத்துக்கு வந்தது. இரவிரவாக சத்துருக் கொண்டான் இராணுவ முகாமுக்கு அவர்களை ஏற்றிக் கொண்டு போய் இறக்கும் வரையில் அவர்களும் கூட ஊர்க்காவல் படையில் இணைந்திருப்பதாக ஹசன் கற்பனை கூடச் செய்திருக்கவில்லை.

இராணுவ முகாமில் கொண்டு போய் இறக்கிய சோனகர்கள் பலரும் அடுத்த நாள் வேறு நபர்களாகவே மாறி இருந்தார்கள். காலை முதல் ஹசனுக்கு சாப்பிடக் கூட நேரம் கிடைக்கவில்லை. இராணுவ வாகனங்களுடன் ஹசன் உட்பட நால்வரின் வாகனங்கள் பிள்ளையாரடி, திராய்மடு கிராமங்களுக்கு மாறி மாறி ஓட வேண்டி இருந்தது. முகாமில் இராணுவத்தினர் என்றால் ஊரில் ஊர்க் காவல் படையினர் என்று சொல்லும் அளவில் ஊர்க்காவல் படையினர் அன்றைக்குப் பெருகிப் போயிருந்தார்கள். இவ்வளவு ஆயுதங்களுடன் சோனகர்களை ஹசன் இதற்கு முன் ஒரு போதும் பார்த்திருக்கவில்லை. வாகனங்களில் கொண்டு வந்து இறக்கப்பட்ட தமிழர்களில் குழந்தைகளும் அதிகம் இருந்தார்கள். குழந்தைகள் ஓர் அறுபது பேர் இருப்பார்கள் என்றால் பெண்களின் எண்ணிக்கை எப்படியும் ஓர் எண்பது இருக்கும். அவர்களில் பெரும்பாலானோர் நாற்பது வயதைத்தாண்டி இருக்க மாட்டார்கள்.

இராணுவ முகாமுக்குக் கொண்டு வரப்பட்டவர்களின் பெயர் விலாசங்களை விசாரித்துப் பதிவு செய்து கொண்டு உள்ளே அனுமதித்தார்கள். அனைவரையும் உள்ளே அனுப்பும் வரையும் அவர்களைக் கண்காணித்துக் கொண்டிருந்த ஊர்க் காவல் படையினர் கடைசியாகத் தாங்களும் உள்ளே போனார்கள். அப்போதுதான் அந்தப் பச்சை நிற வாகனம் அதீத வேகத்தில் அங்கு வந்து சேர்ந்தது. அந்த வாகனத்தில் இருந்து முதலில் இறங்கியவர்களை ஹசன் முன்னமே அறிந்திருந்தார். அவர்களைத் தொடர்ந்து கடைசியாக இறங்கியவனைப் பார்த்த போதே "இதுதான் நஜீப்பாக இருக்கும்" என்று ஹசன் கணக்குப் போட்டுக் கொண்டார். அடுத்த சில நிமிடங்களில் இராணுவ முகாமில் இருந்து வந்த ஒரு மேஜர் "நஜீப்" என்று மிகவும் சத்தமாகவே அவனை வரவேற்றுக் கை குலுக்கி தோளோடு அணைத்துக் கொண்டு உள்ளே போனார். ஹசனுக்குப் பசி வயிற்றைப்

பிசைந்து கொண்டிருந்தது. எதையாவது தேடித் தின்ன வேண்டும். அவ்வளவு பரபரப்பாக இயங்கிய முகாமில் யாரைப் போய் இப்போது சாப்பாடு கேட்பது என்பது தான் அவருக்குப் பெரிய யோசனையாக இருந்தது.

"உன் பெயர் என்ன? ஜீவமலர்." இப்போது ஒரு குழந்தை வீறிட்டு அழும் சத்தம் கேட்கத் தொடங்கியது. அந்த சத்தத்தை அடக்குவது போல மறுபடியும் கேட்டது இன்னொரு இராணுவ அதிகாரியின் சத்தம். "சத்தமா சொல்லு. ." "ஜீவ மலர்". அந்தப் பெயர் சத்தமாக சொல்லிக் கேட்கும் போது தான் இவர்களைச் சாப்பிடக் கூப்பிட்டார்கள். விசாரணை நடந்து கொண்டிருந்த இடத்தில் இருந்து சில கட்டிடங்களைத் தாண்டித்தான் சாப்பாடு போடும் முகாமுக்குப் போக வேண்டி இருந்தது. நடக்க நடக்கத்தான் அந்த இடம் முழுவதுமே ஒரு பெரிய இராணுவ முகாம் என்பதையே ஹசனால் விளங்கிக் கொள்ள முடிந்தது. காய்ந்து போன அமெரிக்கன் மாவு ரொட்டிதான் குடுத்தார்கள் என்றாலும் மாட்டு இறைச்சிக் கறி தாராளமாகப் போட்டார்கள். ஆட்டுக்கும் மாட்டுக்கும் தமிழர் நிலத்தில் என்ன குறைவு?. அதில் இப்போது இராணுவத்துக்குப் போகத்தானே தமிழர்களுக்கு!. அலறல் சத்தங்கள் கேட்பதை ஹசனாலும் புரிந்து கொள்ள முடிந்தது. ரொட்டியை சாப்பிடும் வாயில் இருந்து எச்சில் தட்டில் ஒழுகியது. இறைச்சிக்கறியில் உறைப்பு பற்றி எரியும்படி இருந்தது. இன்னும் பற்றி எரிந்தாலும் ஹசனின் பசிக்கு விழுங்கி விடத்தான் தோன்றும். "சாப்பிட்டு முடிக்காமல் வெளியே போவது ஆபத்து" என்று அவரைத் திரும்பிப் பார்த்த கண்களில் இருந்து தெரிந்து கொண்டார். அவருக்கு அருகில் நின்றபடியே சாப்பிட்டுக் கொண்டு இருந்தவர்களின் கவனம் எல்லாம் அந்த வெள்ளைப் பீங்கான் தட்டுகளில் தான் நிறைந்திருந்தது. மனிதர்களின் அலறல் சத்தங்களை அவர்கள் ஒருபோதும் கேட்பதில்லை என்றே ஹசன் புரிந்து கொண்டார். அந்த காய்ந்த ரொட்டிகளை எப்படித்தான் கடித்து விழுங்கினாரோ தெரியாது. பீங்கான் தட்டில் உறைப்பான கறி மட்டும் கடைசியாக மிஞ்சிக் கிடந்தது. வாய் வைத்துக் கறியை உறிஞ்சிக் குடித்தார். நேரே நாசியில் ஏறியது உறைப்பு. அந்தச் செய்கை அவருக்கே புதிதாகத்தான் தோன்றியது. இரண்டு கண்களும் நீரால் நிரம்பி நிற்க தட்டைக் கழுவி வைக்க வெளியே வந்தார்.

புழுதியில் நிர்வாணமாக விழுந்து எழும்பி ஓட முயன்ற அந்தப் பெண்ணின் மார்புகளோடு குழந்தை ஒன்று ஒட்டிக் கொண்டிருந்தது. அவளைத் துரத்திக் கொண்டு ஓடி வந்த அந்தப் பச்சை டி. சர்ட் அணிந்த அதிகாரி அவளின் தலைமயிரை எட்டிப்பிடித்தான். பின்னர் அவள் முகத்தைத் தன் முகத்தருகே தூக்கிப் பிடித்து “ஜீவமலர்... ஜீவமலர்” என்று அவள் பெயரைத் தன் கண் முழிகள் வெளித்தள்ள உச்சரித்தான். அவள் உடலில் ஓர் அங்கம் போல ஒட்டி இருந்த குழந்தையைப் பறித்தெடுத்து அவனுக்கு சற்றுத் தள்ளி நின்றவர்களை நோக்கி வீசினான். அவர்களில் ஒருவன் குழந்தையை ஏந்திக்கொண்டு அவள் அருகே கொண்டு வருவது போலப் போக்குக் காட்டிக் காட்டிச் சிரித்தான். அந்த பச்சைச் சட்டைக்காரன் அவளை இராணுவ முகாமின் உள்ளே இழுக்க இழுக்க அவள் திமிறிக் கொண்டு குழந்தையை நோக்கி அவனையும் இழுத்துக் கொண்டு போக முயன்றாள். அவன் புழுதியில் உறுதியாகப் புதைந்து நின்ற அவள் கால்களைத் தன் சப்பாத்துக் காலால் அடித்து வீழ்த்திக் கொண்டு ஏதோ சிங்களத்தில் கத்தினான். அடுத்த நிமிடம் வாள்கள் சில அந்தக் குழந்தையின் அழுகையைத் தாறுமாறாக வெட்டி அழித்தன. கால்களில் பிடித்து முகாமுக்குள் இழுத்துப் போன அவள் உடல் மீது இராணுவ ஆயுதங்கள் அனைத்தும் பிரயோகிக்கப்பட்டன.

பெண்களின் உடல்களை ட்ராக்டரில் ஏற்றுவதுதான் அவர்களுக்குப் பெரிய வேலையாக இருந்தது. தாறுமாறாக வெட்டப்பட்ட உடல்களை ஒன்றாக அள்ளி எடுத்துப் போடுவதற்கும் ஹசனுக்கு வயிற்றைப் பிரட்டிக் கொண்டு வந்தது. அந்த உடல்களில் இருந்து இன்னும் இரத்தம் வடிவது நின்றிருக்கவில்லை. உயிர்கள் இன்னும் வடியாமல் துடித்துக் கொண்டிருந்த உடல்களையும் அவர்கள் தூக்கிப் போட வேண்டித்தான் இருந்தது. குழந்தைகளின் உடல்களைக் கைகளில் ஏந்திக் கொண்டு போய் வைப்பது போல கனமான வேலை வேறு எதுவாக இருக்க முடியும்? “உமக்குப் பிறந்ததோ... அள்ளிப் போடும்” என்றபடியே குழந்தைகளின் உடல்களை ஒரு கையால் தூக்கி தூக்கி ட்ராக்டரில் எறிந்த அந்த ஊர்க் காவல் படை சோனகனையும் அவரால் வெறுமனே பார்த்துக் கொண்டு நிற்கத்தான் முடிந்தது.

இராணுவதினர் வசம் இருந்த ஓர் அரசுப் பள்ளியின் பின்புறம்தான் உடல்களைக் கொண்டு போய் இறக்க வேண்டி இருந்தது. அங்கு

போன போதுதான் அது நஜீப்பின் தலைமையில் இயங்கும் ஓர் இடம் என்பதை ஹசனால் தெரிந்து கொள்ள முடிந்தது. அங்கும் பெயருக்கு இரண்டு மூன்று இராணுவத்தினர் இருந்தார்கள். மற்றும் நின்றவர்களின் பாதிக்குப் பாதிப் பேர் சாரத்தில்தான் நின்றார்கள். அந்தப் பகுதி முழுவதும் சோனகர்களின் தமிழ் உச்சரிப்புகள் சிங்களத்தையும் கலந்து நாரசமாய் எதிரொலித்தன. பள்ளியின் முகப்பிலேயே பச்சை நிறத்தில், கொட்டை எழுத்தில் குரானின் வசனங்கள் எழுதப்பட்டிருந்தது. அங்கு நடப்பதற்கும் அதற்கும் எந்த சம்பந்தமும் இருக்கப் போவதில்லை என்பதால் ஹசனும் அதைக் கவனத்தில் கொள்ளவில்லை. அதே நேரம் அந்தப் பள்ளியின் நடுச்சுவரில் பெரிதாகத் தொங்கிக் கொண்டிருந்த ஒரு படம் அவரது கவனத்தை ஈர்ப்பதையும் தவிர்க்க முடியவில்லை. அதைக் கொஞ்ச நேரம் உற்றுப் பார்த்து விட்டுத்தான் கடந்து போக முடிந்தது. அது மு. ஹ௫. மு. அஷ்ரப்பின் கறுப்பு வெள்ளைப் படம்!

டயர்களையும் மரக்கட்டைகளையும் அடுக்கி வைத்து பெற்ரோலை ஊற்றி தீ மேலெழுந்து வந்த போதே உடல்களைத் தூக்கி தூக்கி அதன் மேல் போட்டார்கள். இரண்டு குழந்தைகளின் உடல்களை மட்டும் தூக்கிப் பார்த்து சுழற்றி எறிந்து விட்டு நஜீப் பள்ளியின் உள்ளே போய் விட்டான். அவன் உள்ளே போகும் போது சுவரில் தொங்கிக் கொண்டிருந்த குரான் வசனத்தை வலது உள்ளங்கையால் தடவி உதடுகளில் ஒற்றிக் கொள்ளத் தவறவில்லை. உயிரற்ற உடல்களை தீயில் வீசும் வேலையை அங்கிருந்த ஊர்க் காவல் படையினரே ரசித்து சிரித்து செய்தார்கள். ஹசனும் அவருடன் போனவர்களும் பெரு மூச்சு விட்டுக் கொண்டு பள்ளின் சுவரோடு ஒதுங்கி நிற்கத்தான் முடிந்தது. உடல்கள் உருகி எரியும் போது அடித்த வாடையில் இருந்துதான் “தான் இதுவரை எரித்தது மாடு மட்டுமா” என்று யாரிடமாவது கேட்க வேண்டும் போல இருந்தது ஹசனுக்கு. அப்போது தீயில் விழுந்த ஓர் உடலில் இருந்து “என்ர ஐயோ” என்று எழுந்த சத்தம் உடனேயே அடங்கிப் போனது.

ஈரத்தலையைத் துடைத்துக் கொண்டு பரஞ்சோதி வந்து நிற்பதையே அறியாதவர் போல அமர்ந்திருந்தார் ஹசன். அவர் பார்வை பரஞ்சோதியின் கால்கள் நின்ற மணலில் இருந்தது. அந்த மணலில் கூட அவர் கவனம் அப்போது இல்லை என்பதை அகிலா மட்டுமே அறிந்திருந்தாள். அவள் வேண்டுமென்றே

"அப்பா வந்திட்டார்" என்று கொஞ்சம் சத்தமாகச் சொன்னாள். உடனே அதிர்ந்து தலை நிமிர்த்தினார் ஹசன். அவர் இயல்புக்கு வரும்வரையும் கவனியாதது போல இன்னும் தீவிரமாகத் தலையைத் துவட்டினார் பரஞ்சோதி.

அகிலா ஆட்டுப் பால் தேத்தணியை கொண்டு வந்து நீட்டியபோது ஹசனை விட பரஞ்சோதிதான் அதைத் தீவிரமாகப் பார்த்தார். அவருக்கு முகம் கொடுக்காமல் உடனே உள்ளே போனாள் அகிலா. "நான் எங்கையாவது போறனப்பா" என்று அவராகவே சொல்லிக் கொண்டார் ஹசன். என்ன...? என்பது போல ஒரு பார்வை பார்த்து விட்டு முற்றத்தை சுற்றி எழும்பி இருந்த புதிய பனை ஓலை மறைப்பில் பார்வையை ஓட்டினார் பரஞ்சோதி. "மாட்டை மட்டுமா இங்க கொண்டு வந்து கொட்டுறாங்கள்" என்று சொல்ல வந்ததை முழுதாகச் சொல்லாமல் நிறுத்திக் கொண்டு எழும்பி நின்றார் ஹசன். "அது உமக்குத்தான் தெரியும். தெரிஞ்சாலும் சொல்லவா போறீர். எனக்கும் போகோணும்தான் எங்க போறது?. அதுதான் தெரியேல." ஹசனின் கையில் இருந்த வெறும் போணியை வாங்கிக் கொண்டார் பரஞ்சோதி. "உன்னையும் என்னையும் வெட்ட கனநேரம் ஆகாது. அதை மட்டும் சொல்லிப் போட்டு போகத்தான் வந்தனான். எங்கையாவது போங்கப்பா." கைகள் இரண்டையும் விரித்துக் காட்டி விட்டு முற்றத்துப் பனையோலை மறைப்பு வரை வேகமாகப் போனார் ஹசன். சற்று நேரம் அங்கேயேதான் நின்றார். அகிலாவுக்கு ஏதோ சத்தம் கேட்டிருக்க வேண்டும். ஓடி வந்து எட்டிப் பார்த்துக் கொண்டு நின்றாள். அவளையும் ஹசனையும் திரும்பித் திரும்பி பார்த்து கொண்டு நின்று விட்டு ஹசனுக்குப் பக்கமாகப் போனார் பரஞ்சோதி. அவர் நெருங்கிப் போய் நிற்கவும் ஹசன் விறுவிறுவென்று நகர்ந்து போகவும் சரியாக இருந்தது. படலையடியைத் தாண்டியும் ஹசனின் நடையில் வேகம் குறையவில்லை. அந்த நடை அளவுக்கு அதிகமாகவே மூச்சு வாங்கியது. அப்போதும் இடையிடையே அவர் "ஜீவமலர்" என்று உச்சரித்ததை அவரைக் கடந்து போன புழுதிக் காற்று கேட்டுக் கொண்டுதான் போனது.

10

செம்மண் நீண்டு கிடந்த நிலத்தில் காலுக்கு செருப்பின்றி ஓடிக் கொண்டிருந்தார்கள். இவர்களை நாய்கள் எதும் துரத்தவில்லை. கல் எறிய வழியும் இல்லை. காரணம்... துரத்திக் கொண்டு வந்தவர்கள் இவர்களை விடவும் மிகவும் சிறியவர்கள். சிறியவர்கள் என்று சொல்லுவதை விட அவர்களுக்கு ஒரு மகன் இருந்தால் அந்த வயதில் தான் இருப்பான். அந்தச் சிறுவர்களின் கைகளில் பொல்லாங் கட்டைகள் இருந்தன. அவர்களுக்கு எட்டாத தூரத்தில் முன்னோக்கி ஓடினாலும் கைக்குக் கிடைத்த கற்களை இவர்களின் மேல் எறிந்தபடியே ஓடி வந்தார்கள். அந்தச் சிறுவர்கள் பிக்குகளின் காவி உடை அணிந்திருந்தாலும் அவர்களின் வேகத்துக்கு இவர்களின் உடம்பில் உண்மையில் வலுவில்லாமல்தான் இருந்தது. முடிந்த மட்டும் ஏதோ நம்பிக்கையில் கால் போன போக்கில் ஓடினார்கள்.

அகிலன் முதலில் திரும்பி நின்று நாலு சாத்து சாத்தலாம் என்று நினைத் தான். தாசன் தான் நூறடிக்கு ஒரு காவல் அரண் உயரத்தில் இருப்பதை ஞாபகப்படுத்தினான். அகிலன் தலையை நிமிர்த்திப் பார்த்து விட்டு மறுபடியும் நிலத்தைப் பார்த்துக் கொண்டு ஓடத் தொடங்கினான். தூய வெள்ளை மேலாடைகள் வியர்வையில் நனைந்தன. முட்டுக் கால்வரை ஏறிய செம்மண் புழுதி அலை போல மேலே பரவி வந்து கொண்டிருந்தது. ஏன் இப்படி கண் மண் தெரியாமல் அடித்துத் துரத்துகிறார்கள் என்பதற்கான காரணங்கள் ஏதும் இருவருக்கும் தெரியவில்லை. மரவள்ளித் தோட்டத்தில் இவர்களுக்கு சொன்ன வேலைகளை எல்லாம் சரியாகத்தான்

செய்தார்கள். மத்தியானம் சாப்பாடு என்று மரவள்ளியைத்தான் உப்புத்தூளுடன் கொடுத்தார்கள். மிளகாய்த் தூளுக்கு வழியில்லை. அதுவும் இருந்தால் அந்த மரவள்ளிக் கிழங்கு விருப்பமான உணவாகத்தான் இருந்திருக்கும். ஆனாலும் ஒரு சிறு துண்டைக் கூட இவர்கள் விட்டுவைக்கவில்லை. கொடும் பசி அப்படி வயிற்றில் பற்றி எரிந்து கொண்டிருந்தது. சாப்பிட்டு முடித்த போது, பிக்குவான சிறுவன் ஒருவன் வெள்ளை பிளாஸ்டிக் போத்தலில் தண்ணீர் கொண்டு வந்து கொடுத்தான். இனிமேல் எப்போது மறுபடியும் தருவானோ தெரியாது என்பதால் வயிறு முட்டக் குடித்தார்கள். குடித்த முடித்து கொஞ்ச நேரம் சாய்ந்து படுத்தால் எப்படி இருக்கும் என்ற யோசனையில் இருவரும் இருக்கும் போதுதான் பொல்லாங் கட்டையை நீட்டிக் கொண்டு துரத்தத் தொடங்கினார்கள். முதலில் விளையாட்டுப் போலதான் அடிக்கத் தொடங்கினார்கள். போகப் போக அடியின் வேகத்திற்கு ஈடு கொடுக்க முடியாமல் கொஞ்சம் கொஞ்சமாக ஓடத் தொடங்கினார்கள். சற்று நேரத்தில் பொல்லாங் கட்டைகளின் எண்ணிக்கையும் கூடியது. இவர்களும் தங்களை மறந்தவர்கள் போல செம்மண்ணைக் கிளறிக் கொண்டு வேக வேகமாக ஓடத் தொடங்கினார்கள். ஓட்டத்தில் வேகம் கூடக் கூட வயிறு முட்டக் குடித்த தண்ணியும் அரையும் குறையுமாக வெந்த மரவள்ளியும் நெஞ்சு வரை ஏறி அடைத்தது.

இவர்கள் இருவரும் ஒரு கட்டத்தில் ஓடிக் களைத்து கீழே வீழ்ந்த போது சிறுவர்கள் எவரையும் காணவில்லை. அவர்கள் எப்போது போனார்கள் என்று இவர்களால் நினைவு படுத்திப் பார்க்கவே முடியவில்லை. அவர்கள் நிச்சயமாகத் துரத்தினார்களா என்பதில் மட்டும் அகிலனுக்கு சந்தேகமில்லை. உடம்பில் விண் விண்ணென்று வலி எழும்பியது. தாசனுக்கு இருந்த சந்தேகத்தை அவன் வெளிக்காட்டவே இல்லை. ஏன் இவர்களை துரத்தினார்கள்? ஏன் அடித்தார்கள் என்று கடைசி வரையும் இவர்களுக்குப் பிடிபடவில்லை. இவர்களே அந்த மரவள்ளித் தோட்டத்தில் கிடந்த வேலைகளை எல்லாம் இழுத்துப் போட்டுச் செய்து கொண்டிருந்தார்கள். இவர்களின் தலைக்கேறிய கோபமும் விவசாய வேலையில்தான் படிந்து போய்க் கொண்டிருந்தது. அதில் ஈடுபாடாக இருப்பதில் கொஞ்சம் நிம்மதி கிடைக்கும் என்றும் நம்பத் தொடங்கி இருந்தார்கள். இப்போது தாசன் ஒரு வார்த்தை கூடப் பேசவில்லை. அது எல்லாவற்றையும் விடப் பெரிய எரிச்சலாக இருந்தது அகிலனுக்கு. இருக்கின்ற கோபத்தில்

எப்படி பேச்சை ஆரம்பிப்பது என்று தெரியாமல் அவனை இடைக் கிடையே நிமிர்ந்து பார்த்தான். கடைசியில் "உனக்கும் ஓர் அடிமை வேணுமா?" என்று மட்டும் கேட்டு விட்டுத் தலையை வேறு பக்கம் திருப்பிக் கொண்டான்.

11

எப்போதும் போலத்தான் அந்த நாளும் விடிந்தது என்றாலும் அது நஜீப்பின் நாளாக இருந்தது. நஜீப் அன்றைக்குத்தான் ஊருக்குள் வந்திருப்பதாகப் பேசிக் கொண்டாலும் அவனின் தெளிவான நடவடிக்கைகள் அவன் அந்த ஊரையே வெள்ளைத தாளில் கறுப்பு மையில் வரைநதிருப்பது போால அவ்வளவு தெளிவுடன் இருந்தது. நான்கு குழுக்களாகப் பிரிக்கப்பட்ட ஊர்க்காவல் படையில் ஒன்றுக்கு அவன் பொறுப்பேற்றிருந்தான். அவனைத் தவிர அவனுடன் இருந்த எட்டுப் பேரும் சாரமும் சேட்டுமாகத்தான் இருந்தார்கள். எல்லாரும் தொப்பி போட்டிருக்கிறார்களா என்பதை அவனே அடிக்கடி திரும்பிப் பார்த்துக் கொண்டான். அவனுக்குத் தொப்பி அவசியமேயில்லை. ஒரு அசல் சோனகனைக் கல்லில் வெட்டி வைத்து போன்ற முகம் அது.

ஒவ்வொரு வீட்டிலும் இருக்கும் பெடி - பெட்டை களைத்தான் கணக்கில் முக்கியத்துவம் கொடுத்து விசாரித்தார்கள். பெட்டைகளை வெள்ளை - கறுப்பு என்றும் பிரித்து எழுதிக் கொண்டார்கள். பெடியன் களுக்கு அந்த அடையாளங்கள் தேவைப்படவில்லை. ஒவ்வொரு வீட்டிலும் “உங்கட மூத்தவன் புலியில தானே” என்று தவறாமல் கேள்வி கேட்டார்கள். “புலி என்றால் சொல்லப் பயமாத்தானே இருக்கும்” என்று பதில் சொல்லவும் நஜீப்புடன் ஒருவன் நின்று கொண்டிருந்தான். கல்யாணமாகி ஒரு வருடம் கூட ஆகி இருக்காத கணவன் மனைவியிடமும் “உங்கட மூத்தவன் புலியில தானே” என்று கேட்பதை முக்கிய கடைமையப் போலவே செய்தார்கள். அந்தக் கேள்விக்குத்

தம்பதிகளுக்குப் பதில் அவர்களே சிரித்துக் கொண்டார்கள். அப்போதும் மறக்காமல் வெள்ளைப் பெட்டை என்பதோடு வடிவான பெட்டை என்று கூடுதலாக எழுதிக் கொண்டார்கள்.

வீடுகளில் இருக்கும் பணம் - நகைகளைத் தனியாகக் காண்பிக்க வேண்டும் என்ற கட்டளையும் பிறப்பிக்கப்பட்டது. அப்போதே பறிமுதல் செய்யப்படவில்லை என்றாலும் "தேவைப்பட்டால் விசாரணைக்குக் கொண்டு வர வேண்டும்" என்று மட்டும் தவறாமல் சொல்லப்பட்டது. பெண்கள் கழுத்துகளிலும் கைகளிலும் இருந்த நகைகளை மட்டும் ஆர்வத்துடன் தடவிப்பார்த்துப் பரிசோதித்துக் கொண்டார்கள். திருநீறு பூசிய வயதான ஆண்களின் நெற்றியை பார்த்து ஓங்களிப்பது போலச் செய்தார்கள். இவை எவற்றிலும் ஆர்வம் இல்லாதவன் போல இருந்த நஜீப் என்ன கணக்குப் போடுக் கொண்டு இருக்கிறான் என்பதை அவர்களில் ஒருவராலும் கண்டு பிடிக்க முடியவில்லை. அவ்வப்போது அவர்களையும் வேவு பார்த்துப் போன ஒரு சில இரணுவ வாகனங்களை மட்டும் நஜீப் தலையை நிமிர்த்திப் பார்த்துக் கொண்டான்.

அந்தப் பகுதியின் சோனக வீடுகள் பலவும் உளவு சொல்லும் வீடுகளாக மாறிப் போயிருந்ததால் தேடுதல் வேட்டைக்கு அவசியம் இருக்கவில்லை. உளவு சொல்வது என்பது ஏதோ ஒரு மதக் கட்டளை போல சோனகர் குடும்பங்களுக்குப் பழக்கமாகிப் போயிருந்தது. இந்த மாற்றங்கள் எல்லாம் எப்போது தொடங்கின என்பது ஹசன் போன்ற சோனகர்கள் பலருக்கே சரிவரத் தெரியவில்லை. தமிழ் இயக்கங்களும் யாழ்ப்பாணத்தில் இதைத்தான் செயற்படுத்திப் பார்த்திருந்தன. ஹசன் வீட்டைக் கடந்து போகும் போது "லீவு தானே... இன்னொண்டை பேழுற வேலையைப் பார்க்கலாமே" என்று சொல்லிச் சிரித்துக் கொண்டுதான் போனார்கள். இன்னும் நெருக்கத்தில், அதுவும் வெளிச்சத்தில் நஜீப்பை பார்த்துக் கொண்டார் ஹசன். அந்த முகம் ஒரு போதும் வசந்தத்தைக் கடந்து வந்திருக்க முடியாது என்பதை மட்டும் அவரால் உறுதிப்படுத்திக் கொள்ள முடிந்தது. அந்த ஊர்க்காரர் என்பதால் அவரை அன்றைக்குத் தவிர்த்தார்களோ தெரியவில்லை. ஏனென்றால் அன்றைக்கு ட்ராக்டர்கள் இரண்டு ஓட்டிக் கொண்டுதான் இருந்தன. அவற்றில் ஆடுகளும் மாடுகளும் ஏற்றப்பட்டன. "அடுத்த கிழமை காம்புக்கு வந்து ஆடு மாடுகளுக்கான தொகையை

வாங்கிக் கொள்ளலாம்” என்று உரிமையாளர்களிடம் தவறாமல் சொன்னார்கள். யாரெல்லாம் துணிந்து காம்புக்கு வருகிறார்கள் என்று பார்க்கத்தான் சொன்னார்களோ தெரியாது. பெருகிக் கொண்டே வந்த ஊர்க்காவல் படைக்குப் பெரும் தீனியும் போட வேண்டி இருந்தது.

பரஞ்சோதி வீட்டை ஒட்டிய பகுதிக்கு நஜீப்பும் அவனின் ஊர்க் காவல் படையினரும் வந்து சேரும் போதுதான் தாசன் காலை உணவை எடுத்துக் கொண்டிருந்தான். முதல் நாள் வேலை தேடிப்போன களைப்பில் இருந்து அவன் அப்போதும் மீண்டிருக்கவில்லை. அவன் படிக்கப் போவதில் தொடங்கி வேலை தேடுவது வரை இருந்த பிரச்சினைகள் வெளியில் உள்ளவர்களுக்கு விசித்திரமாக இருக்கும். பரஞ்சோதிக்குக் கூட அது அவ்வளவு தெளிவாக விளங்கி இருக்கவில்லை என்பதுதான் உண்மை. “உம்மட மகன் நல்லாப் படிக்கிறான் போல” என்று சில சோனகர்கள் வலிய வந்து சொல்லிய போது அவருக்கு அது பெருமை போலத்தான் தெரிந்தது. மகன் ஓ/எல் உடன் படிப்பை நிப்பாட்டும் வரைக்கும் கூட அதன் உள் அர்த்தம் விளங்கவில்லை. தாசன் கடை வீதியைக் கடக்கும் ஒவ்வொரு நாளும் “அரசாங்க வேலையை பிடிக்கிறத்துக்கு ஓடி ஓடி நக்கிற நக்கப்பார்” என்று காது படவே பேசினார்கள். அரசாங்க வேலையை நினைத்தே பார்க்காத குடும்பதில் இருந்து வந்தவன் தாசன். எப்போதோ எங்கோ “படிச்சு நல்ல அரசாங்க வேலைக்கு போக வேண்டும்” என்று சொன்னது இந்த அளவுக்குப் போகும் என்று அவன் நினைத்தும் பார்த்திருக்கவில்லை. அரசாங்க ஆஸ்பத்திரியில் ஒரு வேலை வாய்ப்பு வந்த போது அவனும் போய் முயற்சி செய்தான். அது தான் அவன் செய்த மிகப்பெரிய பிழையாகிப் போனது. அவனின் வேலைக்கான விண்ணபத்தை அந்தப் பகுதி அரசாங்க உத்தியோகத்தர் கிழித்து அவன் மூஞ்சியில் எறிந்தார். எறியும் போது “நீர் புலியிட்ட போய் வேலை எடும்” என்று சத்தமாக சொல்லியது அங்கிருந்த அத்தனை பேருக்கும் கேட்டிருக்கும். அதைக் கேட்டு அங்கிருந்த சோனக இளைஞர்கள் அனைவரும் சிரித்தார்கள். அப்போதும் திருநீறு அணிந்த சிலர் அந்த வரிசையில் தலையைக் குனிந்து கொண்டு நிற்கத்தான் செய்தார்கள். பரஞ்சோதியிடம் தாசன் இதை நேரடியாக வந்து சொன்ன போது அவருக்கும் அதன் அரசியல் சரியாக விளங்கவில்லை. அவருக்கும் சிரிப்பு வரத்தான் செய்தது. ஓம், அவரே இன்னும் புலிகளைப் பார்த்ததில்லை.

இந்த அவமானத்துக்குப் பிறகுதான் ஊரைத் தாண்டிப் போய் வேலை தேடத் தொடங்கி இருந்தான் தாசன். பெரும்பாலான கிழக்கு மாகாண இளைஞர்கள் போல வேலைக்கு சேர்வதை விட இயக்கத்தில் சேர்வது எளிது என்ற முடிவை அவன் எடுத்திருக்கவில்லை. எப்படியும் ஒரு வேலை தேடும் தீவிரத்தில் அலைந்து உலைந்து திரிந்து கொண்டுதான் இருந்தான். நேற்றும் நாலைந்து இடம் போய் விசாரித்து விட்டுத்தான் வந்தான். அவன் அலைந்து உடை கலைந்து வந்த கோலத்தைப் பார்த்து ஒன்றும் சொல்லத் தோன்றவில்லை பரஞ்சோதிக்கு. காலையில் பேசலாம் என்று நினைத்துக் கொண்டு படுத்தவருக்கு, ஊருக்குள் இப்படி ஒரு விடியல் வரும் என்று கனவிலும் தெரிந்திருக்காது.

அறைவாசலில் நின்ற அகிலாவுக்கு ஆடுகளின் அலறல் கேட்டது. அவளுக்கு முன்னே சில அடிகள் தூரத்தில் நின்ற அப்பாவுக்கும் அண்ணனுக்கும் கூட அந்த அலறல் கேட்டிருக்கும் என்று நினைத்துக் கொண்டு நின்றாள். தாசனைக் கேட்ட கேள்விகளுக்கும் கூட பரஞ்சோதிதான் படபடப்புடன் பதில் சொன்னார். தாசனின் பதில்கள் சொண்டைத்தாண்டி மூச்சாகவே வந்து போய்க் கொண்டிருந்தது. "உங்கட மூத்தவன் புலியில தானே" என்ற கேள்விக்கு அகிலாவும் தாசனும் அப்பாவைப் பார்க்க, அவர் சுவரில் தொங்கிக் கொண்டிருந்த மனோன்மணியைப் பார்த்தார். தன் மனிசி மனோன்மணி மூன்றாவதுக்கு ஒப்புக் கொள்ளவே இல்லை என்பதை நினைத்துப் பார்க்கும் நேரம் அதுவல்ல என்றாலும் அவளின் ஞாபகம் வருவதை அவரால் தவிர்க்க முடியவில்லை. "ஒரேயொரு வெள்ளைப் பெட்டையைத்தான் வீட்டில வச்சிருக்கிறீர் போல" என்று சொன்ன குரல் யாருடையது என்று தாசன் தலையை உயர்த்திப் பார்க்கத்தான் செய்தான். அவனுக்குப் பதில் தருவது போல ஒரு சோனகன் சாரத்தை அவிழ்த்துப் பலமாக உதறிக் கட்டிக் கொண்டான். அகிலா சுவருக்குப் பின்னே இன்னும் கொஞ்சம் உடலை மறைத்துக் கொண்டாள். அந்த உடலில் ஊடுருவிய பதட்டம் முதுகில் கனலாக வியர்த்து வெளியேறியது.

படலையடியில் நின்று சுற்றும் முற்றும் பார்த்துக் கொண்டு நின்ற நஜீப் கடைசியாகத்தான் வீட்டு முற்றத்துக்கே வந்தான். அவன் முற்றத்துக்கு வரமுதல் மாடுகள் எரிந்த வெளியை வெறித்துப் பார்த்து விட்டுத்தான் வந்தான். அவனுக்கு அந்த நிலத்தில் ஏதோ ஒரு ஈர்ப்பு இருப்பது போல முற்றத்துக்கு வந்தும்

அந்தத்திசையையே பார்த்துக் கொண்டு நின்றான். நன்றாகவே காய்ந்து போயிருந்தாலும் முற்றத்து மறைப்பு ஓலைகளில் பச்சைய வாசனை ஒன்றும் முற்றிலும் காய்ந்து போகவில்லை. ஓலைகளை விலக்கிப் பார்ப்பது போல முதலில் அந்த வெளியைப் பார்த்தவன் ஒரு ஓலையை ஒரே இழுப்பில் எடுத்தெறிந்தான். அது மேலே சுழன்று போய்ப் பட்டம் போல முற்றத்தில் தரையிறங்கியது. அந்தத் திசையில் இருந்து வந்த வாடையை அவன் மூச்சு உள்வாங்கிக் கொண்டது. முகத்தில் ஒரு புதிய மலர்ச்சியுடன் விசாரணை பார்த்துக் கொண்டிருந்தவனின் உடலில் எதையோ தின்று களித்த மகிழ்ச்சி எட்டிப் பாய்ந்து ஒட்டிக் கொண்டிருந்தது.

அன்றைக்குப் பெரும்பாலான வீடுகளில் பகல் முழுவதும் அடுப்பு எரியவில்லை. இவ்வளவு தூரம் ஒரு நெருக்குவாரத்துக்குள் தாங்கள் அறியாமல் இருந்து விட்டதை அவர்களால் சகித்துக் கொள்ள முடியாமல் இருந்தது. இரவிலும் சில வீடுகளில் மட்டும்தான் அடுப்பெரிந்தது. அந்த வீடுகளில் குழந்தைகளின் அழுகைச் சத்தமும் கேட்டது. அந்தக் குழந்தைகள் பசியால் மட்டுமே அழுதவை என்று தான் அனைவரும் நம்பி இருப்பார்கள்!.

எங்கிருந்தோ வந்து தன்னிடம் அடைக்கலம் அடைந்த ஆடுகளையும், அவற்றின் முதுகில் கருகிப் போயிருந்த ரோமங்களையும், அதன் உள்ளே காயாமல் இருந்த பச்சைக் காயங்களில் மஞ்சள்த் தூளைப் பூசி விட்டதையும் நினைத்துக் கொண்டே பனை ஓலைப் பாயைத் தடவிக் கொடுத்தாள் அகிலா. இரவு முழுவதும் அவள் நினைவுகளில் எதையோ தடவிக் கொடுப்பதை நிறுத்தியிருக்கவில்லை. ஆடுகள் கட்டிக் கிடந்த, நடப்பட்டிருந்த பனங்குத்திகளில் எறும்புகள் ஓய்வற்று ஓட்டிக் கொண்டிருந்தன தம் வாழ்வைத் தேடி.

12

அன்றைய இரவு நன்றாக இருக்கும் என்று நம்பி இருந்தார்கள். காரணம், இவர்கள் காங்கிறீட் சுவராலான அறையில் மரத்தாலான கட்டிலின் முன்னே நின்று கொண்டிருந்தார்கள். அது மட்டும் இல்லாமல் இவர்களின் உடலில் பிணைத்திருந்த இரும்புச் சங்கிலிகளை நீக்கி விட்டிருந்தார்கள். வெளிக்காட்டிக் கொள்ளவில்லை என்றாலும் தாசனின் முகத்தில் கொஞ்சம் மாற்றம் தெரிந்தது. அகிலனுக்கும் அந்த நிமிடங்கள் நீண்ட நாட்களின் பின் நிம்மதியாகத்தான் இருந்தது. இருவரும் கடந்து வந்த இரவுகளைப் பற்றிய எண்ண ஓட்டங்களால் நிரம்பிக் கிடந்தார்கள். அம்மாவின் மடியில் கிடந்த இரவுகள் தொடங்கி அம்மணமான இரவுகள் வரை நினைவில் வந்து போய்க் கொண்டிருந்தன. இடையில் கொஞ்சக் காலம் இருவருக்கும் சரிவர நினைவில் இல்லை என்பதும் உண்மைதான். கடந்த நான்கு கிழமைகளாக தென்னை ஓலையால் சரியாக வேயப்படாத குடிசையில் தான் கிடந்தார்கள். சுவர்களுக்குப் பதில் கறள் பிடித்த இரும்புத் தகடுகளைத் தான் அடித்து வைத்திருந்தார்கள். அங்கு மண் பானைத் தண்ணீர்க் குடம் மட்டும் புதியதாக இருந்தது. எவ்வளவு அயர்ந்து தூங்கினாலும் நிமிடத்துக்கு நிமிடம் எங்கிருந்தோ வரும் ஒளி வெள்ளம் அடிக்கடி உடல்களில் ஊடுருவிப் பார்த்து விட்டுப் போய்க் கொண்டிருந்தது. இது நிம்மதியான இரவாக இருக்கட்டும் என்று நினைத்து கொள்வதில் மட்டும் தான் இவர்களுக்கு கொஞ்சம் நிம்மதி கிடைத்தது.

அந்த நிம்மதியான இரவு நெருங்கி வந்து கொண்டிருந்தது. இவர்கள் மாறி மாறி ஆசை தீர தண்ணீரை விழுங்கிக்

குடித்து விட்டு வந்து வாசலில் குளிர் காற்றுப் படுமாறு நின்று கொண்டார்கள். கண்ணுக்கு எட்டிய தூரம் வரையும் எந்த பிக்குவையும் காண முடியவில்லை. இவர்கள் பார்க்காவிட்டாலும் உயரத்தில் காவல் கோபுரத்தில் நிற்பவன் இவர்களை ஒரு போதும் மறந்து விடப் போவதில்லை. மரக் கதவை சாத்தலாமா? திறந்து விட்டால் இன்னும் குளுமையாக இருக்குமா? என்ற யோசனைகள் இவர்களுக்குள் ஓடினாலும், கண்காணிப்புக் கோபுரத்தில் நிற்கிறவர்கள் என்ன முடிவில் இருப்பார்கள் என்று தெரியாத குழப்பத்தினால், அந்த விவகாரத்தில் அவசரமாக ஒரு முடிவுக்கு வந்து விட முடியவில்லை. கடைசியில் தாசன்தான் அந்த மரக்கதவை அடித்துச் சாத்தி அந்த விவகாரத்தை ஒரு முடிவுக்கு கொண்டு வந்தான். அந்தக் கதவுச் சத்தத்துக்குப் பிறகு அவர்களுக்குள் பேரமைதி நிலவியது. இருவரும் காதுகளை நன்றாகத் தீட்டிக் கொண்டு அமைதியாக நின்றார்கள். தாசன் கதவுக்கு பக்கத்தில் சென்று நிலையோடு மெள்ளச் சாய்ந்து நின்று கொண்டான். அகிலன் கட்டிலோடே நின்று கொண்டான். கட்டிலில் நிம்மதியாகக் காலைத் தொங்கப் போட்டுக் குந்தும் ஆசை வந்த வேகத்தில் அவசரமாக விடைபெற்றுப் பறந்திருந்தது அகிலனுக்கு. கொஞ்ச நேரம் போக தாசன் மரக்கட்டிலில் வந்து குந்திய பிறகு தான் இரண்டு மரக்கட்டில் போட்டிருக்கலாமே என்ற எண்ணம் அகிலனுக்கு புதிதாக எட்டிப் பார்த்தது. இருவர் படுத்தால், எவ்வளவு முயன்றாலும் உரசிக் கொள்ளாமல் படுக்கவே முடியாத சிறிய மரக்கட்டில் தான் அது.

இரவு கண் அயர்ந்து போன நடுச்சாமத்தில் யாரோ அவசரமாகக் கதவைத் தட்டி எழுப்பினார்கள். உரிந்து விழக் காத்திருந்த செம்மண் கறை வேட்டியை தூக்கிக் கட்டிக் கொண்டு தாசன் தான் வேகமாகப் போய்க் கதவைத் திறந்தான். அவன் போன வேகத்தைப் பார்க்க கதவைத் தட்டுகிறவனுக்கு கன்னத்தைப் பொத்தி ஒன்று விழும் போல இருந்தது. திறந்த மரக்கதவின் முன் நான்கு காவி கட்டிய சிறுவர்கள் நின்றிருந்தார்கள். அகிலனும் இப்போது அவசரமாக எழும்பி வந்து தாசனுக்கு அருகில் நின்று கொண்டான். அந்த சிறுவர்களுக்குப் பின்னால் ஒரு மரத்தின் நிழல் இருட்டில் அந்த செங்காவி அணிந்த சாந்த முகத்தவர் நின்றிருந்தார். இவர்கள் இருவரும் நித்திரைக் கலக்கதில் நிற்கும் போதே இவர்களின் உடலில் இருந்து நீக்கப்பட்டிருந்த இரும்புச் சங்கிலிகள் மறுபடியும் இறுக்கமாகப் பூட்டப்பட்டன. அந்தப் புதிய மரக்கட்டிலின் கீழ்ப் பகுதியில் சில இரும்புக் கொக்கிகள்

ஏற்கனவே இருப்பதை அவர்கள் சங்கிலிகளை அதில் கொழுவும் போதுதான் இவர்கள் அறிந்து கொண்டார்கள். இப்போது இவர்களின் வேட்டிகள் அவசரமாக உருவப் பட்டிருந்தன. வாசல் கதவுக்கு வெளியே மர நிழல் இருளில் நின்றவர் அரங்காமல் இவர்களையே பார்த்தபடி நின்றிருந்தார். கற்பனைக்கும் எட்டாத எல்லைகளைக் கடந்து வெறியேறிய நாய்களாக உருக்கொண்டிருந்த சிறுவர்கள் இவர்களைக் கொடும் பற்களால் கடித்துக் குதறிக் கொண்டிருந்தார்கள். இவர்களின் உயிர் உறுப்புகளை வருடிக் கொடுத்த கைகளில் குளுமையும் மென்மையும் நிறைந்திருந்தது. தாசன் இருளில் நின்றவரின் முகத்தை ஒருமுறை பார்த்து விடவும், அந்தக் கணத்தில் அவனுக்குள் ஒரு விபரீத ஆசை பெருகி வடிந்து போனது.

13

"குடும்பத் தலைவர்கள் காணி உறுதிப் பத்திரங் களுடன் அல் - இஸ்லாமிக் பாடசாலைக்கு வரவும். காணிப்பத்திரங்களை உறுதிப்படுத்தாதவர்களின் நிலங்கள் வீடுகள் மேல் நடவடிக்கைக்கு உட்படுத்தப்படும்" என்ற அறிவிப்புடன் தான் அந்த வெள்ளிக் கிழமை விடிந்தது. தமிழர்கள் சோனகர்கள் என்று பிரிக்காமல் அனைவரும் வரவழைக்கப்பட்டதில் "ஏன் இஸ்லாமிய பாடசாலைக்கு வரச் சொல்கிறார்கள்" என்ற கேள்வி மறைந்து போனது.

பரஞ்சோதி பொத்திப் பொத்தி வைத்திருந்த புதுச் சாரத்தை அன்றைக்குத்தான் எடுத்துக் கட்டிக் கொண்டார். அதுவும் "அரசாங்க காரியம் அப்பா" என்று அகிலா அழாத குறையாக கேட்டுக் கொண்டதால்தான். இந்தா வாற பொங்கலுக்கு, அடுத்த தீபாவளிக்கு என்று சொல்லிச் சொல்லிப் பாதுகாத்த சாரம் அது. பச்சையும் கரு நீலமும் கலந்த சாரம். தடிப்பான சாரம் பரஞ்சோதிக்கு எடுப்பாகத்தான் இருந்தது. அகிலா அந்தச் சாரத்தை ஒரு நாள் மாலையில் கட்டிப் பார்த்துக் கொண்டது தாசனுக்கு மட்டும் தெரியும். அப்பாவுக்குத் தெரியாமல் அவர்கள் இருவரும் மறைத்து வைத்துக் கொண்ட செய்திகளில் இதுதான் கொஞ்சம் பெரிய சங்கதி!

பரஞ்சோதி படலையைக் கடந்து போன சில நிமிடங்களில் "தாசா... எடே தாசா" என்ற குரல் முற்றத்துப் பனையோலை மறைப்பில் எதிரொலித்தது. வீட்டித் தேடி வந்த யாரும் தாசனைப் பெயர் சொல்லிக் கூப்பிட்டதில்லை. தாசனைக் கூப்பிடுவது என்றாலும்

ஐயா, அண்ணாதான். அது பரஞ்சோதியைக் குறிப்பதா அல்லது தாசனைக் குறிப்பதா என்பது வந்திருப்பவர்களைப் பொறுத்தது. முதல் முறை தாசனை நோக்கி வந்த அந்தக் குரல் ஹசனுடையது. அந்தக் குரலில் இருந்த வாஞ்சை யாரையும் ஒட்டிக் கொள்ளக் கூடியது. தாசனுக்கு முதலே அகிலாதான் வாசலைக் கடந்து ஓட்டிப் போய் ஹசனுக்கு முன்னே நின்றாள். “தாசன் இல்லயே பிள்ளை?” என்ற கேள்வியுடன் மூச்சு வாங்கி வானத்தை நிமிர்ந்து பார்த்தார். “இப்ப தான் அப்பா...” என்று சொல்ல வாயெடுத்தவள் அவர் முகத்தில் இருந்த கலவரத்தைப் பார்த்து சொற்களை உண்ணி விழுங்கிக் கொண்டாள். தாசன் பின் வளவில் இருந்து ஓடி வருவதற்குள் அவரே வீட்டு வாசலை மறித்துக் கொண்டு படலையைப் பார்த்து நின்று கொண்டார். அவர் நின்ற நிலை நான்தான் இப்ப காவல் என்று அவருக்கு முன் நீண்டு நிமிர்ந்து நின்ற பனைகள் அனைத்துக்கும் சொன்னது போல இருந்தது.

அவர்களிடம் இருந்த பத்திரமாக கொண்டு போக வேண்டிய பொருட்களில் ஒன்றான காணி உறுதிப்பத்திரத்தைப் பரஞ்சோதி கொண்டு போய் விட்டதால், தாசனுக்கும் அகிலாவுக்கும் எதைக் கொண்டு போவது என்று தெரியவில்லை. வீட்டில் இருந்த தங்கம் அகிலாவின் காதுகளில் தோடாகவும் கழுத்தில் சங்கிலியாகவும் பத்திரப்படுத்தப்பட்டது. அகிலாவின் தோடுகளை அடையாளம் காண்பது போல கழுத்தில் கிடக்கும் சங்கிலியை அடையாளம் கண்டு கொள்ள முடியாது. அதற்கு சங்கிலியுடன் கழுத்தில் தொங்கும் காளி கோவில் கறுப்புக் கயிறு காரணம் இல்லை. உண்மையைச் சொன்னால் அந்தக் கருப்புக் கயிற்றுடன் கிடப்பதால்தான் ஏதோ கொஞ்சம் அந்தச் சங்கிலியே தெரிந்தது.

அப்பாவின் உடுப்புகள் சிலவற்றையும் எடுத்து வைத்துக் கொண்ட போதே அகிலாவின் சிறிய றங்குப்பெட்டி நிரம்பி விட்டது. தாசனுடைய றங்குப்பெட்டி கொஞ்சம் பெரியதுதான் என்றாலும் புத்தகங்களும் இடம் பிடித்துக் கொண்டதால், அவன் உடுப்புக்கே அது போதுமானதாக இருந்தது. தற்காலிகமாகப் பாதுகாப்பிற்கு ஊர் மக்கள் கோவில்களில் தங்கப் போவதாக ஹசன் சொன்னாலும் கூட, அதில் கூடுதலாக ஏதோ உட்பொருள் இருப்பதை தாசன் உணரத்தான் செய்தான். அகிலா அவன் முகத்தைப் பார்க்க எத்தனிக்கும் போதெல்லாம் ஓர் எரிச்சலை அதில் ஏத்தி வைத்துக் கொண்டான். ஆளுக்கு ஒரு றங்குப்பெட்டியுடன் அவர்கள் படியிறங்கிய போதுதான்

வீட்டைத் திரும்பிப் பார்த்து விட்டு பின்னால் வந்தார் ஹசன். முற்றத்தைக் கடக்க முதலே வீட்டுக்குப் பின்னால் ஓடிப் போய் ஆடுகள் கட்டிக் கிடந்த இடத்தை ஒரு முறை பார்த்து விட்டுத்தான் ஓடி வந்தாள் அகிலா. என்ன என்பது போல பார்த்த தாசனுக்கு எதுவும் பிடிபடாதபடி தலையைக் குனிந்து நடந்தாள். காற்றுக்கு முற்றத்துக் காய்ந்த பனையோலைகள் அந்தரத்தில் துடிதுடித்துக் கொண்டன. இன்னும் கொஞ்சம் பலமாகக் காற்று அடித்தால் அவை பிடுங்கிக் கொண்டு நிலத்தில் விழுந்து நிரந்தர நிம்மதியை அடையக்கூடும்.

வீடுகள் பூட்டப்பட்டிருப்பதைத் தாண்டி ஊர் நிலவரத்தைப் புரிந்து கொள்ள அகிலாவுக்கு கொஞ்சம் நேரம் எடுத்தது. தாசன் நிலமையை உடனே ஊகித்துக் கொண்டு அகிலாவின் கைகளைப் பற்றிக் கொண்டான். அவர்களுக்கு முன்னே இடைவெளி விட்டுத்தான் ஹசன் நடந்து போனார். அவர்கள் வீட்டில் இருந்து தூரம் அதிகரிக்கையில் ஹசனுக்கும் அவர்களுக்கும் இடையில் இன்னும் பாரிய இடைவெளி உண்டாகியது. அப்போதும் சில சோனகர்கள் அவர்களைப் பார்ப்பதில் எந்த மாற்றமும் ஏற்படவில்லை. வழியில் தட்டுப்பட்ட அக்கம் பக்கத் தமிழர்களும் அரக்கப் பரக்கத் தப்பித்து ஓடுவதில்தான் கவனம் செலுத்தினார்கள். அவர்களைப் பார்க்கும் போதுதான் யாரிடமும் பேச்சுக் கொடுக்காமல் போய்விட வேண்டும் என்று தாசனுக்கும் உறைத்தது. முருகன் கோவிலுக்குப் போவதா காளி கோவிலுக்கு போவதா என்ற குழப்பத்திற்கு, பக்கத்தில் இருந்தது காளி கோவில் என்பதால் அதுவே பதிலானது. முருகன் கோவிலில் அளவுக்கு அதிகமாகவே சனம் நிறைந்து விட்ட தகவல் தெரியாமலே அகிலாவும் தாசனும் காளி கோவிலை நோக்கி விரைந்து போனார்கள். போகும் போது சொல்லாமலே போய்விட்ட ஹசனை நினைத்துக் கொண்டுதான் காளி கோவிலைச் சென்றடைந்தார்கள். அகிலா ஹசன் தங்களைப் பத்திரமாகக் கொண்டு வந்து விட்டுவிட்டுப் போனதாகவே அப்போதும் நினைத்துக் கொண்டாள். காளி கோவிலில் எப்போதும் அணையாத விளக்கு சுடர் விட்டு எரிந்து கொண்டிருந்தது.

அல் - இஸ்லாமிக் பாடசாலைக்கு முன் கூடியிருந்த மக்கள் கூட்டத்தில் இருந்து சோனகர்கள் தனியாகப் பிரிக்கப்பட்டார்கள். ஏன் பிரிக்கப் பட்டோம் என்று அவர்களில் பலருக்கும் தெரிந்திருக்க வாய்ப்பில்லை. அந்த சோனகர் வரிசையில்

இருந்தும் ஹசன் போன்ற சுமார் இருபது பேரை "நீங்கள் போகலாம். காம்பில வேலை கிடக்கு" என்று சொல்லி உடனேயே விடுவித்து விட்டார்கள். கூட்டத்தில் இருந்து விலத்திப் போகும் போது வியர்த்த கைகளை சாரத்தில் பிடித்துக் கொண்டு "காளி கோவிலில" என்று மட்டும் பரஞ்சோதிக்கு சொல்லிப் போனார். அதையும் கவனிக்க அங்கு நின்றவர்கள் யாரும் தவறவில்லை. அவர்களைத் திரும்பியும் பாராமல்தான் ஹசன் அங்கிருந்து போனார். பரஞ்சோதி அவர்களின் விலக்கிக் கொள்ளாத பார்வையில்தான் கால் கடுக்க நிற்கவேண்டி இருந்தது. இராணுவத்தினரும் இங்கு வந்து கொஞ்சம் கூட நின்றால் பரவாயில்லை என்று சொல்லும் அளவுக்குத்தான் பலரின் மனநிலை இருந்தது. எங்கு திரும்பினாலும் சாரங்களிலும், காற்சட்டையிலும் சோனக ஊர்க் காவல் படையினர்தான் நிறைந்திருந்தார்கள். பெயருக்கு மட்டும் ஓர் இராணுவ அதிகாரி கதிரையில் அமர்ந்திருந்தார். யார் என்ன சொன்னாலும் தன் மூக்குக் கண்ணாடியை மேலே ஏற்றி விட்டுத் தலையை ஆட்டிக் கொண்டார். தமிழில் பேசினால் புன்சிரிப்பு சிரித்துக் கொண்டு கைகளை விரித்துக் காட்டினார். பரஞ்சோதிக்கும் அவரைப் போலக் கைகளை விரித்துக் காட்ட வேண்டும் போலத்தான் அடிக்கடி தோன்றியது.

காணி உறுதிப்பத்திரங்களை வாங்கிக் கொண்டு அதில் உள்ள தகவல்களை வாய் மொழியாக உறுதிப்படுத்திக் கொண்ட அந்த மனிதரை ஊருக்குள் யாரும் அதுவரை பார்த்ததில்லை. நல்ல வெள்ளைச்சாரமும் சட்டையும் போட்டிருந்தார். புன்முறுவல் பூத்த செந்தெளிப்பான முகம். அவரும் சோனகர்தான் என்பதை தலையில் இருந்த தொப்பி உறுதிப்படுத்திக் கொண்டாலும் அவர் மொழி வேறு பட்டிருந்தது. அது சோனகர்களின் தமிழ் இல்லை. அந்தத் தூய தமிழைப் பரஞ்சோதி மட்டகளப்புப் பக்கம் கேட்டதில்லை. அது யாழ்ப்பாணப் பக்கத்தில் கேட்ட ஞாபகம் மட்டும் இருந்தது. அதில் கொஞ்சம் மேடைப் பேச்சுத் தன்மை அல்லது நாடகத் தன்மையும் இருந்தது. அவர் அரசாங்க உத்தியோகத்தர் மட்டும் இல்லை, இலக்கியத் துறையிலும் நாட்டம் உள்ளவர் என்று சோனகர்கள் சிலர் முணுமுணுத்துக் கொண்டார்கள். ஊருக்குள் லஸ்பீக்கரில் கேட்ட குரல் இவருடையதுதான் என்று மட்டும் பரஞ்சோதியும் அடையாளம் கண்டு கொண்டார்.

பரஞ்சோதியின் முறை வந்ததும் பத்திரத்தைக் கொடுத்து விட்டு மேசையில் இருந்து கொஞ்சம் பின்னால் நகர்ந்து நின்று கொண்டார். "பரஞ்சோதி" என்று அந்த தூய வெள்ளை உருவம் உச்சரித்து நிமிர்ந்து பார்த்த போதுதான் பரஞ்சோதி என்ற பெயரின் வடிவு கூடியது போல இருந்தது. பரஞ்சோதியின் கண்களை ஒரு முறை நேருக்கு நேர் பார்த்து விட்டுத்தான் பத்திரத்தை மேலோட்டமாக வாசித்தார். பிறகு "பெரிய காணிதான் என்ன?" என்று சொல்லிக் கொண்டே ஒரு சிரிப்புச் சிரித்தார். புதிய பத்திரம் ஒன்றை எடுத்து மேசையின் மறு முனையில் வைத்து விட்டு பரஞ்சோதியைக் கையில் இருந்த பேனாவை ஆட்டி அருகில் கூப்பிட்டார். பரஞ்சோதி என்ற பெயரை இவ்வளவு மோசமாக எழுதுவது பரஞ்சோதியாகத்தான் இருக்க முடியும் என்பதை அந்தக் கையெழுத்து காட்டிக் கொடுத்தது. புதிய பத்திரத்தின் மேலும் சில இடங்களை பேனாவால் நிரப்பி முடித்து தலையை ஆட்டினார். அடுத்து என்ன செய்வது என்று தெரியாமல் அவருக்குப் பக்கத்தில் இருந்த இராணுவ அதிகாரியைப் பார்த்தார் பரஞ்சோதி. அவர் வேண்டா வெறுப்பாகக் கைகளை விரித்துக் காட்டி விட்டுப் பார்வையைத் தூய வெள்ளை உருவத்தை நோக்கித் திருப்பினார். "மூன்று நாட்களில் உங்களின் புதிய காணி உறுதிப் பத்திரம் வீடு தேடி வரும். சென்று வாருங்கள்" என்று தூய வெள்ளை மனிதர் சொல்லி முடித்த போது, அவர் கதிரையில் இருந்தபடியே ஒரு தமிழ் மேடை நாடகத்தை நடித்து முடித்தது போல இருந்தது. பரஞ்சோதி பலத்த யோசனையுடன் அந்த மேசைக்கு முன் இருந்து விலத்திப் போகும் வரை அந்தத் தூய வெள்ளை உருவத்தின் வலது கண்ணின் புருவ வளைவுகள் கீழே இறங்காமல் இருந்தன. "காளி கோவில்" என்று ஹசன் சொல்லிச் சென்றது பனம் பழம் போல மண்டையில் விழும் வரையில் பரஞ்சோதிக்குக் காணி நிலத்தைப் பற்றிய யோசனை மட்டும் தான் ஓடியது. சாரத்தை அள்ளிக் கவட்டுக்குள் வைத்துக் கொண்டு துவக்கைத் தடவியபடியே நின்ற உருவங்கள் இப்போது இன்னும் அச்சுறுத்தின. நடையில் கூட அவசரம் கூடாது என்று தனக்குத்தானே சொல்லிக் கொண்டு அடிமேல் அடி எடுத்து வைத்து அல் இஸ்லாமிக் பாடசாலை வளாகத்தை விட்டு வெளியேறினார் பரஞ்சோதி.

14

விடிந்ததும் குளிர்தான் படையெடுத்து வந்தது. சூரியன் இருக்கும் அறிகுறியே தெரியவில்லை. அறைக்கு வெளியே இருந்த இரும்பு பைப்பில் வந்த உப்புத் தண்ணீர் உடலில் பட்டதும் அதுவும் ஏதோ செய்தது. இடுப்பின் மேலான பெரும்பாலான இடங்களில் பற்கள் மற்றும் நகங்களின் ஆழமான தடங்கள் இருந்தன. அவை சிறுவர்களுக்குரியவை என்பதை ஒரு போதும் நம்ப முடியாது. அது செங்காவி அணிந்தவரைப் போன்றவர்களால் மட்டுமே சாத்தியமாகலாம். எதையும் நினைத்துப் பார்க்காமல் குளித்து முடித்திருந்தார்கள். முதுகெலும்புகளில் மட்டும் அவர்களுக்குப் பெருவலி நீடித்துக் கொண்டிருந்தது. இவர்களின் உடல்களில் இருந்த இரும்பு சங்கிலி மட்டும் இல்லை; இவர்களின் வேட்டிகளும் இரவே காணாமல் போயிருந்தன. இருவரும் ஆளுக்கு ஒரு பக்கம் பார்த்துக் கொண்டு நின்று பேசிக் கொண்டார்கள். வேட்டி இல்லாமல் மறுபடியும் முகம் கொடுத்துப் பேசுவதில் இருவருக்குமே தயக்கம் இருந்தது. ஒருவர் முதுகுக் காயங்களை மற்றவர் பார்த்து விட்டாலே கடந்து போன காட்டுமிராண்டிகளின் இரவுதான் ஞாபகத்தில் வந்தது. இடையிடையே ஏற்பட்ட மவுனம்தான் இருவருக்குமான இடைவெளியை குறைத்துக் கொண்டிருந்தது.

இன்னும் எவ்வளவு நேரம் இப்படியே இருப்பீர்கள் என்பது போல இவர்களுக்கு இருபது அடி தூரத்தில் காவி உடை அணிந்த நான்கு பிக்கு சிறுவர்கள் வந்து நின்றார்கள். அவர்களின் கவனம் வெறொன்றாக இருந்தாலும் தாசனின் கவனம் அவர்களை விட அவர்களின் பெற்றோர் குறித்த எண்ணங்களில்தான்

மிதந்து கொண்டிருந்தது. அவர்களை ஏன் பிக்குவாக்கினார்கள் என்பதை விட இந்த சிறிய வயதில் ஏன் பிக்குவாக்கினார்கள் என்றே கவலைப்பட்டான். முதலில் என்னைப் பற்றிக் கொஞ்சம் கவலைப்படு என்பது போல அவனைப் பார்த்துக் கொண்டிருந்தான் அகிலன். அவனுக்கு ஒரு கணம் நேற்றிரவு நினைவில் வந்து போக வயிற்றில் யாரோ ஓங்கிக் குற்றியது போல வலி எடுத்தது. அடுத்து சத்தி அவன் சக்தியை எல்லாம் திரட்டிக் கொண்டு வெளியே வந்தது. அவன் தடுமாறிக் கொண்டு மேலும் ஓங்காளித்து உமிழ் நீரை செம்மண் நிலத்தில் துப்பினான். ஒரு கட்டத்தில் நிதானிக்க முடியாமல் நிலத்தோடு தலையை முட்டி சாயவும் பார்த்தான். சண்முகதாசன் அந்தச் சிறுவர்களை வெறித்துப் பார்த்து விட்டு நிதானமாகவே நெருங்கி வந்து தூக்கி விட்டான். இருவரும் அவர்களின் நிர்வாண உடல்களை ஒரு கணம் நேர் நின்று பார்த்துக் கொண்டார்கள். இருவருக்குமே ஒரே நேரத்தில் சிரிப்பு பொத்துக் கொண்டு வந்து விட்டது. இவர்களை அப்படி எதிர்பார்க்காததால் சிறுவர்கள் தங்களுக்குள் ஆளையாள் பார்த்துக் கொண்டார்கள். அவர்களின் முகங்கள் இன்னும் இறுகிக் கொண்டு வந்ததை இவர்களால் உணர முடிந்தது. தாசன் அகிலனைப் பிடித்து இழுத்துக் கொண்டு மரவள்ளித் தோட்டத்தில் புகுந்து ஓடத் தொடங்கினான். இலைகளுக்குள்ளாலும் மேலே நின்றவர்களின் கண்கள் இவர்களின் நிர்வாண உடல்களை இடை விடாது மேய்ந்து கொண்டிருந்தன.

வெய்யில் முதுகைப் பிளக்கும் வரை வேலையில் நேரம் போனதே இவர்களுக்குத் தெரியவில்லை. அவ்வப்போது சாப்பிட அழைப்பார்களா என்று மட்டும் தலையைத் தூக்கிக் காவி உடைச் சிறுவர்களைப் பார்த்தார்கள். பசிக்கும் அவர்களிடமே கையேந்தும் நிலை குறித்து வெறுப்பு வந்தாலும் அதனால் ஒரு பயனும் இல்லை என்பதில் தெளிவு ஏற்பட்டிருந்தது. இவர்கள் தங்களின் உடல்களைக் கூட மறந்திருந்தார்கள். இவர்களுக்குப் பக்கத்தில் வந்து நின்ற போதும் இப்போது அச்சிறுவர்களும் இவர்களை ஒரு பொருட்டாகவே பார்க்கவில்லை. அவர்களின் கவனம் இப்போது ஏவல் புரிவதில் மட்டும்தான் இருந்தது. அவர்கள் பேசுவது கூட ஏதோ அரையும் குறையுமாகத்தான் இவர்களுக்கு விளங்கியது. ஒரு வேளை அவர்களுக்குக் கொடுக்கப்பட்ட வேலைகளையும் இவர்கள் செய்கிறார்களோ தெரியவில்லை. அதைக் கேட்கவும் அங்கு இவர்களுக்கு வழியேதும் இருக்கவில்லை.

15

பரஞ்சோதியின் நடையின் வேகத்திற்கு புதுச்சறம் கொஞ்சம் தடுக்கத்தான் செய்தது. முதுகில் நிறைந்திருந்த வியர்வை இப்போது மேற்சட்டையால் குளிர்ந்து கொண்டு வந்தது. தனக்குப் பசி எடுத்த போதுதான் இரண்டு பாணும் வாழைப்பழம் ஒரு சீப்பும் வாங்கிக் கொண்டார். அவை சிறிய பாரம் கூட இல்லை என்றாலும், அவற்றுடன் காளி கோவிலை நெருங்கும் போது கனமாகத்தான் இருந்தன. அவரைப் பார்த்து விட்டுத்தான் சிலர் பாணுக்கு ஓடியதையும் பார்க்க முடிந்தது. மணி மூன்றைக் கடந்து கொண்டிருந்த போதும் அங்கிருந்த சனங்கள் எதுவும் சாப்பிட்டிருக்கவில்லை. காளி கோவிலுக்கு முன்னால் இராணுவமும் பின்னால் ஊர்க் காவல் படையும் நிறுத்தப்பட்டிருந்த நிலையில் அவர்களுக்குப் பசி வந்திருக்குமா என்பதைக் காளியிடம்தான் கேட்டுக் கொள்ள வேண்டும். கோவிலில் நிறைந்திருந்த சனம் முழுவதும் காளியைத்தான் கேள்விகளால் துளைத்தெடுத்துக் கொண்டு இருந்தார்கள். "சனத்திட்ட நல்லா வாங்கு" என்று தனக்குத்தானே சொல்லிக் கொண்டு கிழக்கு மூலைச் சுவரோடு ஒட்டிக் கொண்டிருந்தார் கோவில் ஐயர். அங்கிருந்த ஒரே ஓர் ஐயரும் சனங்கள் பக்கம் சேர்ந்து விட்டதால் தனித்து அகப்பட்டு அசையாமல் அமர்ந்திருந்தாள் மாகாளி. ஐயருக்கும் பிள்ளை குட்டி இருக்கத்தானே செய்யும். ஆனால், அந்த ஊரில் இல்லை. அவர் அதற்காக நிம்மதியாக இருக்க முடியாது என்பது தான் பிரச்சினை. அவருக்கு ஊர் போடும் காசுதான் அவர் குடும்பத்துக்குத் தட்டில் சோறாகியது. அவர் காளி பக்கம் நிற்பதை

விடவும் சனங்கள் பக்கம் நிற்பதில் இப்படியும் ஒரு நியாயம் இருந்தது.

தாசனும் அகிலாவும் காளி கோவிலுக்கு வந்து சனத்துடன் குந்தும் போதே பின்னால் ஓர் இராணுவ வாகனம் வந்து சேர்ந்திருந்தது. அவர்கள் சனத்தைப் பார்த்துக் கொண்டு ஒரு மணி நேரத்துக்கு மேல் நின்று விட்டுத்தான் நெருங்கி வந்து பேச்சுக் கொடுத்தார்கள். கொச்சையான சிங்களத் தமிழிலில் பேசிப் பார்த்தும் காரியம் நடக்காததால் பிறகுதான் ஊர்க் காவல் படையை வரவழைத்தார்கள். அவர்கள் வந்து அவர்களின் செந்தமிழில் சொல்லிய போதும் அது இராணுவத்தின் கூறலாகத்தான் இருந்தது. அதில் கொஞ்சம் கிண்டலும் சேர்ந்திருந்ததை சிலர் கவனிக்கத் தவறவில்லை. சனங்கள் வீடுகளுக்குப் போக மாட்டார்கள் என்பதைக் கண்டு கொண்ட பிறகு, அங்கிருந்து யாரும் போய் விடாமல் பார்த்துக் கொள்வதில்தான் அவர்களின் முழுக் கவனமும் இருந்தது. காளி கோவிலின் உட்புறம் மட்டும் இல்லாமல் வெளிப்புறச் சுவர்களிலும் சனங்கள் கொஞ்சம் நிம்மதியாக கண்ணை மூடிக் கொண்டு சாய்ந்து கிடந்தார்கள். வெய்யில் முகத்தில் அடிப்பதைக் கூட பெரிதாக யாரும் பொருட்படுத்திக் கொள்ளவில்லை. அனைவரின் முகங்களும் இறுகிய பாவத்துடன் ஒரே யோசனையில் இருப்பது போலத் தெரிந்தன. கோவிலுக்கு முன்னால் கறுத்த ஆட்டுக் கூட்டம் ஒன்றை இராணுவத்தினர் சிலர் சைக்கிள்களில் துரத்திப் போனார்கள். அவர்கள் ஆடுகளை வேண்டும் என்றே துன்புறுத்திக் கொண்டு போவதை ஆடுகளின் நாக்கை வெளித்தள்ளிய சத்தமும், கூரிய ஆயுதங்களில் சொட்டிக் கொண்டிருந்த இரத்தமும் சொல்லிச் சென்றது. அகிலாவின் காதுகளில் மட்டும் அந்தச் சத்தம் தனித்துக் கேட்கத்தான் செய்தது.

பரஞ்சோதியைப் பார்த்து விட்டுப் பாண் வாங்கப் போனவர்கள் பாதிப் பேர் என்றாலும் பாண் மட்டும் இல்லாமல் ரசுக்கு, பிஸ்கற் என்று ஆளாளுக்குக் கொஞ்சம் வாங்கிக் கொண்டுதான் வந்தார்கள். அவர்கள் போகும் போது பிரச்சினை இல்லை என்பதால் வரும் போதும் யாரும் அவர்களைத் தடுத்து விசாரிக்கவில்லை. பாண்கள் பல கைகள் மாறி கோவில் மூலையில் இருந்த ஐயருக்கும் போய்ச் சேர்ந்தன.

காளி கோவிலுக்கு முன் இருந்த காய்ந்த புற்களால் நிரம்பிய வெளியில் ராக்டர்கள் வந்து நின்ற போது ஹசனின் ராக்டர்தான்

முதலில் நின்றது. அந்த ஊரில் அதிகம் தென்பட்ட முகமாகவும் ஹசனின் முகம் மட்டும்தான் பலருக்கும் தெரிந்தது. அந்தக் கூட்டத்தில் அகிலாவும் தாசனும் இன்னும் கொஞ்சம் நெருக்கமாக அமர்ந்து கொண்டார்கள். அவர்களை அறியாமலே கைகளைப் பற்றிக் கொண்டார்கள். பரஞ்சோதி கொஞ்சம் தள்ளி இருந்த கிழவர்கள் கூட்டத்தின் மத்தியில் காணி உறுதிப்பத்திரங்களைப் பற்றியே புலம்பிக் கொண்டிருந்தாலும் மக்களை இடைக்கிடையே பார்த்துக் கொள்ள மறக்கவில்லை. அப்போதும் மக்களின் பதட்டத்தைப் பார்த்து விட்டுதான் பார்வையை வெளியே உயர்த்தினார். "அப்பவே வீட்ட போங்கோ என்று சொல்லேக்க போயிருக்கலாம்" என்று ஒரு குரல் சற்று எழும்பி அடங்கியது. அதுவரை சுவர் மூலையோடு ஒடுங்கி இருந்த ஐயர் எழும்பி நின்று "யாரடா அது" என்பது போல ஒரு அனல் பார்வையை வீசி விட்டுக் காளியைப் பார்த்துத் திரும்பி நின்று கண்மூடிக் கும்பிட்டார்.

மொத்தம் பத்து ராக்டர்கள்; ஒவ்வொன்றிலும் ஊர்க் காவல் படையினர்தான் நின்றார்கள். அவர்களின் கால்கள் பலவும் ட்ராக்டரின் விளிம்பில் ஏறி உயர்ந்திருந்தன. செருப்பில்லாத கால்களில் வெடித்த ஊத்தைப் பாதங்கள். எந்தக் கட்டளையும் பிறப்பிக்காமலே காளி கோவில் சனங்கள் எழும்பி நின்று கொண்டார்கள். அவர்களுக்குப் பின்னே கோவில் மூலஸ்தானத்தின் விளக்கு அசைவற்று எரிந்து கொண்டிருந்தது. ஐயர்தான் கடைசியில் நின்றார். அவர் அடிக்கடி காளியைக் கும்பிட்டுக் கொள்ளவும் மறக்கவில்லை. ராக்டரில் நின்ற ஊர்க் காவல் படையினர் தொப் தொப் என்று குதித்து வந்து கோவில் வாசலை அடைத்துக் கொண்டு நின்ற போதுதான் அவர்களின் கைகளில் இருந்த கூரிய வாள்கள் உயர்ந்தன. வாள்களைப் பார்த்த சனங்களின் தலைகள் எல்லாம் தாழ்ந்து கொள்ள குத்துக் கல்போல் அமர்ந்திருந்த மாகாளியின் பார்வை வாள்களையும் தாண்டி நின்ற இராணுவத்திரையும் ஊடுருவிப் போனது. அவர்களின் கைகளில் வாள்களுக்குப் பதில் துவக்குகள் இருந்தன. எந்த வேட்டையாக இருந்தாலும் ஆயுதம் இல்லாமல் யாரும் வேட்டைக்கு வருவதில்லை. இது மனித வேட்டை. தமிழர்களை மட்டும் தேர்ந்து எடுத்து வெட்டிக் கொல்லும் வேட்டை.

ஆண்கள் மட்டும் வெளியே வரவழைக்கப்பட்டு ராக்டர்களை நோக்கி வழி நடத்தப்பட்டார்கள். ராக்டரை நெருங்கியதும்

அவர்களின் ஆடைகள் உடலில் இருந்து வாளால் கிழித்து எறியப்பட்டன. கிழித்து எறியப்பட்ட ஆடைகளில் இருந்து இரத்த துளிகள் காய்ந்த புற்களில் சிதறி விழுந்தன. ராக்டரில் ஏறிய ஆண்கள் யாரும் தலையை நிமிர்த்தி காளியைப் பார்க்கத் துணியவில்லை. ராக்டர்களில் ஏற்றிய ஆண்களை மேலே நின்ற ஒருவன் கணக்குப் பார்த்துச் சொல்லியதும் வாள்களுடன் ஏறியவர்கள் சில நிமிடங்கள் வரை ஓய்வில்லாமல் வாள்களைக் காற்றில் வீசினார்கள். அந்த வெளியில் வீசிய காற்றில் விண் விண் என்ற சத்தம் ஓயாமல் சில நிமிடங்கள் நீடித்தது.

அடுத்த வரிசையில் நின்ற ஆண்களின் கால்கள் எல்லாம் நடுக்கத்தில் தடுமாறின. புதிய சாரத்துடன் மலம் கழித்து விட்டிருந்த பரஞ்சோதி நிலத்தில் குந்தியிருந்தார். அப்பாவால் பின் தள்ளப்பட்டுக் கடைசியில் நின்ற தாசன் சிலரைத் தள்ளி விட்டுக் கொண்டு ஓடி வந்து அப்பாவைக் கட்டிப் பிடித்துக் கொண்டான். இருவரையும் இழுத்துக் களைத்துப் போனவர்கள் கால்களால் மிதித்துப் பிரித்த போது காளியின் முன்னே அகிலாவின் அழுகை ஓய்ந்து அடங்கியது. அவளை நிலத்தோடு அழுத்திப் பிடித்திருந்த பெண்கள் எல்லாரும் காளியைத்தான் தூற்றினார்கள். காளிக்குப் பின்னே பதுங்கி இருந்த ஐயரின் வேட்டியில் இருந்து வடிந்த சிறுநீர் பாலும் தேனும் வடிந்தோடிய தீர்த்த வடிகாலால் ஓடியது.

பரஞ்சோதியை ராக்டரில் இழுத்துப் போட முடியாமல் புல்லில் முட்டிக்கால் போட்ட நிலையிலேயே வலது தோளில் வெட்டும் போது தாசன் கண்களை வெட்டாமல் பார்த்துக் கொண்டுதான் நின்றான். அப்பாவை வெட்டுவதை அகிலா பார்த்துக் விடக்கூடாது என்று மட்டும் நினைத்துக் கொண்டான். வலது தோள் சரிந்து கிடக்க அரைமயக்கத்தில்தான் பரஞ்சோதியை ராக்டரில் தூக்கிப் போட்டார்கள். அடுத்துத் தூக்கி ஏற்றப்பட்ட பெடியளுடன் தானே ஏறிப் போய் அப்பாவின் தலையை வாரி எடுத்து மடியில் வைத்துக் கொண்டான் தாசன். தகவல் பதிவுச் சடங்குகள் முடிந்து வாள் வீச்சு மறுபடியும் தொடங்கிய போது காளி கோவிலில் இருந்து பீறிட்டு எழுந்து வந்த குரல்களில் அகிலாவின் குரலும் கேட்டது போல இருந்தது. தலை தூக்கப் பார்த்தவர்களைக் காய்ந்த கரும் பாதங்களால் மிதித்து ராக்டரோடு அழுத்தி வெட்டினார்கள். திமிறியவர்களின் தோள்களிலும் முதுகுத் தண்டிலும் சரமாரியாக வாள் வெட்டுகள் விழுந்து கொண்டிருந்தன. இரத்தம் தெறித்துப் பறந்து காய்ந்த புல்களை

நனைத்துக் கொண்டிருந்த போதுதான் மழையும் வேகமெடுத்துக் கொட்டத் தொடங்கியது.

இரண்டு ராக்டர்களையும் அவசரமாக எடுக்குமாறு கத்திச் சொன்னபோது ஹசனும் இன்னொருவரும்தான் ஓடிப் போய் எடுத்தார்கள். ஹசன் இரண்டாவது ராக்டரில் ஏறிக் கொண்டதை அந்த மழைக் குழப்பத்தில் யாரும் கணக்கில் எடுக்கவில்லை. அவரும் ஏறிய வேகத்தில் எதையும் யோசிக்காமல் ராக்டரை சுழட்டி எடுத்துக் கொண்டு போனார். தன்னை யாரும் பின் தொடர்கிறார்களா என்று அவர் திரும்பியும் பார்க்கவில்லை. எங்கே கொண்டு போக வேண்டும் என்று முன்பே அறிவுறுத்தி இருந்ததால் ராக்டர்கள் அவற்றின போக்கில் போயின. ராக்டரில் இருந்து கேட்ட முனகல்களில் இருந்து எல்லாரும் இன்னும் சவமாகவில்லை என்பது பாதி தூரம் போனபோதுதான் அவருக்குத் தோன்றியது. வாயைத் திறந்த நிலையில் முனகிக் கொண்டு கிடந்தவர்களின் தொண்டையை மழைத் துளிகள் ஈரமாக்கின. இரத்தத்துடன் மழை நீரும் கலந்ததால் ராக்டரில் இருந்து செந்நீர் வழியெங்கும் வடிந்தோடியது. ஹசன் அடிக்கடி தலையைத் திருப்பி யாராவது பின்னால் வருகிறார்களா என்று பார்த்துக் கொண்டுதான் போனார். இடையில் ஒரு கை தன்னை நோக்கி நீள்வதைப் பார்த்து விட்டு ராக்டரை ஊன்றி நிறுத்தினார். ராக்டர் சேற்றுப் பாதையில் கொஞ்சம் சறுக்கிக் கொண்டுதான் போய் நின்றது. கழுத்தோரம் விழுந்திருந்த வெட்டுக் காயத்துடன் தலையை ராக்டரின் ஓரத்தில் சாய்த்து கண்களை மூடிமூடித் திறந்து கொண்டிருந்தான் தாசன். அவன் நிர்வாண உடற்காயங்களைப் பெருமழை மென்மையாகத் துடைத்துப் போனது.

காளி கோவிலுக்குள் முடக்கப்பட்ட பெண்களின் ஆடைகள் திறந்த வெளியெங்கும் பறந்து போயின. மழைக்கு நனைந்த சேலைகள் சேற்றில் குழைந்து துடிதுடித்துக் கிடந்தன. வாள் வீரர்களின் சாரங்கள் எல்லாம் உரிந்து கிடந்தன. உரிஞ்சாங்குண்டிகளாக நின்ற அவர்களின் ஆண்மைகள் பேரெழுச்சி கொண்டிருந்தன. மூலஸ்தானத்தின் திரைச் சீலையை இழுத்து விட ஆளில்லாமல் மாகாளி திகைத்துப் போயிருந்தாள். ஐயர் மட்டும் இல்லாமல் அகிலாவும் இன்னும் நான்கு இளம்பிள்ளைகளும் மூலஸ்தானத்தில் ஒளிந்து கொண்டிருந்தார்கள். ஐயர் யாரையும் தலையை

நிமிர்த்திப் பார்க்காமல் மூத்திர வேட்டியுடன் காளியின் பின்னே இன்னும் பதுங்கிக் கிடந்தார்.

கோவிலில் இருந்து சேற்றுத் தரையில் தரதரவென்று இழுத்துப் போன பெண்களின் உடல்களை ராக்டரில் ஏற்றும் முன் நாலைந்து வெட்டுகளாவது வெட்டினார்கள். உயிர் போக வெட்டிய வாள்கள் உடல் பாகங்களையும் பிரித்து எறிந்தன. பிரிந்த உடல் பாகங்களை ஒரு வித சலிப்புடன் ராக்டரில் தூக்கி எறிந்தார்கள். உயிர் போகும் அரை மயக்கதில் கிடந்த ஒருத்தியின் காலை அவள் முகத்திலேயே தூக்கி எறிந்தார்கள். அவள் கடைசியாக உயிர் போகக் கத்தியது அப்போதுதான்.

இடக்கு முடக்காக இருக்கும் காளி கோவில் மூலஸ்தானத்திற்குள் வாளை வீசிய போது அது முதலில் காளியின் தலையைத் தான் உடைத்து வீழ்த்தியது. அடுத்த நிமிடமே ஐயரின் தலை மேலே நீண்டு விட்டது. செத்துப் போனவர் எழும்பி நின்றது போல நின்ற ஐயரை அப்படியே விட்டு விட்டு இளம் பிள்ளைகளை வேளியே இழுத்தார்கள். திமிறி இழுக்கும் அளவுக்கு அந்தப் பிள்ளைகள் யாருக்கும் உடம்பில் வலு இல்லை. புதிய மாட்டு இறைச்சி இன்னும் செமிக்காத ஊர்க்காவல் படையினரின் உடலில் திமிர் நிறைந்திருந்தது. “வடிவான பெட்டையள்” என்று சொல்லிக் கொண்டு பிடித்து இழுத்துக் கொண்டு போனது கைப்பிடித்துக் கூட்டிப் போனது போலத்தான் தெரிந்தது. அதன் பிறகு உயிர் போகும் அழுகைகளைக் கேட்க நல்ல வேளையாகக் காளிக்குத் தலையும் இல்லை, ஐயருக்கு உயிரும் இல்லை.

அகிலா உட்பட அந்த ராக்டரில் இருந்த நான்கு பெண்களுக்கும் ஆடைகள் இல்லை என்றாலும் உயிர் இருந்தது. வாள்கள் பாயாத உடலில் சோனக ஆண்களின் உறுப்புகள் கிழித்த இரத்தம் மட்டும் பெருகிக் கொண்டிருந்தது. அந்தப் பெருமழை தன்னால் முடிந்த மட்டும் அவர்களின் உடலைக் கருணையால் கழுவிக் கொண்டே இருந்தது. அதுவும் சலித்துப் போகும் அளவுக்குத் துர்நாற்ற விந்துகள் ராக்டரில் ஒட்டிக் கொண்டு அவர்களை மேலும் வதைத்தது. அந்த ராக்டரில் வந்து ஏறிப் போன நஜீப்பையோ மஹாநாமவையோ அவர்களில் பலர் ஒரு போதும் பார்த்ததில்லை, அகிலாவுக்கு மட்டும் இல்லை, அவளோடு நிர்வாண உடல்களாக ஒட்டி சுருண்டு கிடக்கும் எந்த இளம் பிள்ளைக்கும் இவர்களுடன் எந்தப் பிணக்கும் இருந்ததில்லை.

வெட்ட வெளியில் ராக்டர்கள் கொண்டு வந்து கொட்டிய உடல்களின் மேல் டயர்களை அடுக்கினார்கள். பின் மழை ஓயும் வரை காத்துக் கொண்டிருந்தார்கள். மழை ஓயும் வரையும் காத்திருக்க முடியாமல் உயிர் பிடித்துக் கொண்டு கிடந்த உடல்களும் ஓய்வு பெற்றன. பெருமழையின் இடையே விரைந்து வந்து போன பச்சை வான்களில் இருந்த அதிகாரிகள் சேற்றில் கால் வைக்காமல், நஜீப்புக்கும் மஹாநாமவுக்கும் கை குலுக்கி விட்டு, தூய வெள்ளைத் துண்டுகளில் கைகளைத் துடைத்துக் கொண்டார்கள். மழை ஓய்ந்தாலும் ஈரம் காயாத டயர்களுக்கு மேல் பெற்ரோல் கான்களைக் கொண்டு வந்து விசிறி ஊற்றினார்கள். பெற்றோல் கான்களை தாங்கிக் கொணடே ஒரு ராக்டர் தனியாக நின்று கொண்டிருந்தது. ஊர்க் காவல் படையினர் செய்த பெரிய செலவே பெற்றோல் கான்களாகத்தான் இருக்கும்.

இனிமேல் ஒரு புல்லும் முளைக்காத அளவுக்கு டயர்களும் உடல்களும் பற்றி எரிந்த அந்த வெட்ட வெளியைப் புகையும் துர்நாற்றமும் நிறைத்தது. மனிதர்கள் மட்டும் இல்லை, ஆடு மாடுகள் கூட இனிமேல் ஒரு போதும் அந்தப் பக்கம் வரப்போவதில்லை. அந்த நிலம் இனி பூமிக்கு சொந்தமாக இருப்பது கூட ஒரு பொய்யான தகவலாகதான் இருக்கும். கடைசிக் கட்டை எரிந்து முடிய மறுநாள் விடிந்து கொண்டிருந்த போதும் நஜீப்பும் அவனின் ஊர்க்காவல் படையினரும் அங்கிருந்து போகவில்லை. உடலுக்கு நீரைத் தவிர வேறொன்றையும் அவர்கள் எடுத்துக் கொள்ளவில்லை. அவர்களின் மனங்களையும் உடல்களையும் வேறேதோ ஒன்று நிறைத்து பூரணப்படுத்தி இருக்க வேண்டும்.

துர்நாற்றம் குழைத்த கரும் சேற்றைப் பூசிக் கொண்ட ஒற்றை உடல் ஆள் நடமாட்டம் இல்லாத ஆமணக்குகள் அதிகம் வளர்ந்து கிடந்த பற்றைக் காட்டில் கிடந்தது. அந்தப் பற்றைக் காட்டைக் கடந்தால் காடுகளுக்குள் போய் விடக்கூடும் என்பதைப் பற்றிய எந்த சிந்தனையும் ஓட முடியாத ஒற்றை உடலில் இன்னும் ஒட்டிக் கொண்டிருந்தது. தாசனின் உயிர்தான். மூளையில் தன்னைப் பற்றிய நினைவுகளே வற்றிப்போன ஒருவனால் தன் தந்தையைப் பற்றியோ, தங்கையைப் பற்றியோ, ஓடைகளைப் பற்றியோ, ஊரைப் பற்றியோ சிந்திக்க எதுவும் மிஞ்சப் போவதில்லை!

16

தங்களுக்கு ஆடைகளைக் குடுப்பது கூட புதிய தொடக்கமோ என்று பயந்து கொண்டிருக்கத் தொடங்கினார்கள். அன்றைக்கும் புதிய தூய வெள்ளை ஆடைகள் வந்திருந்தன. “ஜெனரல் வருகிறார்” என்று மட்டும் இவர்களுக்கு சொல்லப்பட்டது. அப்படிச் சொல்வதே அரிதானது என்பதால் அதுவும் பயத்தைத் தரத்தான் செய்தது. ஆனாலும், எந்த ஜெனரல்? எதற்காக வருகிறார்? தங்களுக்கு ஏன் புதிய ஆடைகள்? என்றெல்லாம் எந்தக் கேள்வியும் இல்லாமல் இரு கரங்களை நீட்டி வெண்ணிற ஆடைகளைப் பணிவாக வாங்கிக் கொண்டார்கள். இப்படியான தருணங்களில், தனக்கு இப்படி எல்லாம் பணிவாக நடக்கத் தெரியுமா என்று அகிலனுக்கே சந்தேகம் வருவதுண்டு. இடது காதுக்கு மேல் மண்டையில் விண் விண்ணென்று புதிய வலி ஒன்று இப்போதெல்லாம் அடிக்கடி வந்து போய்க் கொண்டிருந்தது. கூடவே படுக்கையில் இருந்து எழும்பும் ஒவ்வொரு முறையும் கண்களுக்கு முன்னே கம்பி வளையங்கள் சில நிமிடங்கள் தொடர்ச்சியாகத் தோன்றி மறைந்தன. அவனுள்ளே அவனையும் மாற்றும் ஏதோ நிகழ்கிறதோ என்ற பயம் வந்தாலும், கூட இருக்கும் ஒரே துணையான தாசனை இதற்குள் இழுத்துவிடக் கூடாது என்று தீர்மானமாக இருந்தான். கடைசியில் அவனை விட்டால் யாரும் இதையெல்லாம் காது கொடுத்துக் கேட்கப்போவதில்லை என்றாலும் இயலாத நிலமையில் சொல்லுவோம் என்று உறுதியாக இருந்தான். ஒரு வேளை எதையும் சொல்ல முடியாத நிலையில் தனக்கு ஏதாவது ஏற்பட்டாலும் அது

தாசன் பொறுப்புதான் என்றும் அவனாகவே தீர்மானம் செய்து கொண்டான்.

எங்கிருந்து திடீரென்று அந்த மைதானத்தில் தோன்றினார்கள் என்று தெரியவில்லை. நூற்றுக் கணக்கான இராணுவ வீரர்கள் அணிவகுத்து நின்றார்கள். அவர்களின் முன்னே வாள் ஏந்திய சிங்கம் மட்டும் இருக்கும் கொடி ஒன்று பறந்து கொண்டிருந்தது. சில நிமிடங்களில் வரிசையாக நான்கு நவீன வெள்ளை நிறக் கார்கள் ஊர்வது போல வந்து கொண்டிருந்தன. அவற்றின் முன்னும் பின்னுமாக இரண்டு கருப்பு ஜீப்களில் விசேட அதிரடிப் படையினர் நவீன ஆயுதங்களுடன் வந்து கொண்டிருந்தனர். அவர்கள் கருப்பு நிற ஆடைகளை அணிந்து முகத்தை முற்றிலும் மறைத்திருந்தனர். அவர்களின் காலில் இருந்த சப்பாத்துகள் தொடங்கிக் கையில் இருந்த ஆயுதங்கள் எல்லாமும் கருப்பாகவே இருந்தன. வெள்ளை நிறக்கார்கள் அந்த மைதானத்துக்கு வந்து சேர்ந்தும் சில நிமிடங்களுக்கு அதில் இருந்து ஒருவரும் கீழ் இறங்கவில்லை. அந்தக் கருப்பு ஆடைகளை அணிந்த அதிரடிப் படையினர் பல்வேறு ஒழுங்குகளை அங்குமிங்கும் ஓடியாடிச் செய்து முடித்ததும் சிவப்பு வரவேற்புக் கம்பளத்தைக் கார் வரை நீட்டி விரித்தார்கள். அடுத்த சில நிமிடங்களில் செங்காவி அணிந்த பிக்கு உயர்ந்த குடையும் சாமரம் வீச இரண்டு காவி அணிந்த சிறுவர்களுமாக வந்து நின்ற பிறகுதான் கார்களில் வந்தவர்களை இறங்க அனுமதித்தார்கள். முதலில் ஓர் இராணுவ ஜெனரல் உயரமாகவும் வெள்ளையாகவும் கருப்புக் கண்ணாடி அணிந்து கொண்டு இறங்கினார். அவரைத் தொடர்ந்து அவரின் மனைவியும் இரண்டு மகள்களும் இறங்கினார்கள். அவரின் மகள்கள் இருவரின் ஆடைகளும் நடையுடை பாவனைகளும் மேற்கத்திய பாணியில் இருந்தன.

இராணுவ ஜெனரல் அந்த செங்காவி அணிந்த பிக்குவின் முன் முழந்தாளிட்டுக் கண் மூடி இருந்தார். ஒரு நீண்ட யோசனைக்குப் பிறகு ஆசீர்வதிப்பது போல கையை நீட்டினார் பிக்கு. அவர் ஆசி வழங்கிய பிறகும் சில நிமிடங்கள் கண்களை மூடி இருந்து விட்டுப் பின் நிதானமாகப் பின்னால் விலகிப் போய் நின்றார் இரணுவ ஜென்ரல். அவரைத் தொடர்ந்து அவரின் மனைவியும் மகள்களும் ஒவ்வொருவராக முழந்தாளிட்டு ஆசிகளைப் பெற்றுக் கொண்டு ஜெனரலின் பின்னே வரிசையில் போய் நின்று கொண்டார்கள். அவசரமாக உள்ளே இருந்து ஓடி வந்த சிறுவன் ஒருவனின்

கையில் வெள்ளியாலான தட்டில் காவித் துணிகள் மடித்து அடுக்கி வைக்கைப் பட்டிருந்தன. அந்த தட்டை செங்காவி அணிந்த பிக்கு அவர்களிம் நீட்டவும் அவற்றைப் பயபக்தியுடன் எடுத்துக் கொண்ட இராணுவ ஜெனரலின் குடும்பத்தினர் அங்கேயே அணிந்து கொண்டனர். அந்த ஆடை குளிருக்கு அணியும் நீண்ட மேல் கோட் போல கழுத்தில் இருந்து காற்பாதம் வரை நீண்டிருந்தது.

“நாங்கள் ஏன் இங்க நிற்கிறோம்” என்பது போல தாசன் அகிலனைத் திரும்பிப் பார்த்தான். அகிலனும் நல்ல ஒரு பதில் சொல்ல நினைத்து, அவனுடன் வாயைக் கொடுத்து சண்டை போட முடியாத சூழலை உணர்ந்து பேசாமல் நின்றான். நடந்து கொண்டிருந்தது வழக்கமான இலங்கை இராணுவ அணிவகுப்பு போல இருந்தாலும் திடீரென்று எங்கிருந்தோ காவி உடைகள் அணிந்த பிக்குகளின் கூட்டம் மைதானத்தின் உள்ளே வந்து சேர்ந்தது. குறைந்தது எப்படியும் இருநூறு பேர் இருப்பார்கள். அனைவருக்கும் வயது பதினாறைத் தாண்டி இருக்காது. அவர்களின் ஆக்ரோசமான அணிவகுப்பு நடையில் செம்மண் புழுதியாக மேலே எழுந்து சிங்கக் கொடி வரை உயர்ந்து. அங்கு வந்ததில் இருந்து இறுக்கமாகவே முகத்தை வைத்திருந்த இராணுவ ஜெனரலின் முகத்தில் இப்போதுதான் ஒரு சமாளமே வந்திருந்தது. “அவருக்குப் பூரண திருப்தி” என்பது போல அடிக்கடி செங்காவி அணிந்த பிக்குவைப் பார்த்து புன்முறுவல் செய்தார். செங்காவி அணிந்த பிக்குவின் முகத்தில் அதே சாந்தம் நிலைபெற்றுத் தளம்பாமல் கிடந்தது.

தூய வெள்ளைத் துண்டுகளால் பரிபூரணமாக மூடிய இரண்டு மரத்தாலான நாற்காலிகளில் இவர்கள் இருவரையும் இருத்தி வைத்திருந்தார்கள். என்ன நடக்கும் என்ற பயத்தில் இருவரின் பாதங்களும் தரையில் படாமல் ஊசலாடிக் கொண்டு கிடந்தன. அவர்களைச் சுற்றிலும் வட்ட வடிவமாக வெள்ளைத் துண்டுகளால் மூடிய வளைவு அடைக்கப்பட்டிருந்தது. அது போன்ற காட்சிகளைக் கண்காட்சியில் பார்த்திருந்ததால் இது ஒரு கண்காட்சி என்ற முடிவுக்கு இருவரும் வந்திருந்தனர். ஒவ்வொரு மரச்சட்டங்களில் இருந்தும் வெள்ளைத் துண்டுகள் விலக்கப்பட்டன. இவர்கள் இருவரும் தலையைச் சற்றுக் குனிந்து கொண்டார்கள். தாசனுக்கு நாசி அடைபட்டது. ஈழ இறுதிப் போரில் கொல்லப்பட்ட விடுதலைப்புலிகளின்

உடல்களைப் பல்வேறு வடிவங்களில் ஒளிப்படங்களாக எடுத்து வைத்திருந்தார்கள். எந்த உடலிலும் துணிகள் இல்லை. ஒரே உடலைப் பல்வேறு கோணங்களில் எடுத்து ஒவ்வோர் ஒளிப்படத்துக்கும் ஒவ்வொரு விதமான வர்ணத்துக்கு மாற்றி இருந்தார்கள். பெண் போராளிகளின் அவயங்களைக் கூடத் தனித்தனியாகப் பிரித்து ஒளிப்படங்களாக வைத்திருந்தார்கள். அவற்றில் இருந்த சிறிய காயங்கள் கூட மிகவும் துல்லியமாகத் தெரிந்தன. ஆண் உடல் - பெண் உடல் என்று தனித்தனியாக மலை போலக் குவிக்கப்பட்ட ஒளிப்படம் ஒன்றை சிறுவர்களான பிக்குகள் பிரமிப்புடன் பார்த்துக் கொண்டு நின்றார்கள். அதில் ஒரு சிறுவன் மட்டும் மெதுவாகக் கைதட்டத் தொடங்க, பின் அனைத்து சிறுவர்களும் உற்சாகமாக அந்தக் கைதட்டலில் இணைந்து கொண்டார்கள். இராணுவ ஜெனரலும் செங்காவி அணிந்த பிக்கும் மட்டும் தனியே நிதானமாக ஒவ்வொரு ஒளிப்படத்தையும் பார்த்துக் கொண்டு வந்தார்கள்.

நீண்ட வரிசையின்படி ஒவ்வோர் ஒளிப்படமாகப் பார்த்துக் கொண்டு வந்தவர்கள் கடைசியில் இவர்களின் முன்னே சில நிமிடம் நின்று கூர்ந்து பார்த்தபடி போனார்கள். சில அடிகள் போனதும் அவர்கள் தங்களுக்குள் எதையோ பேசுவதையும் இவர்கள் தலை குனிந்த நிலையிலும் கவனிக்கத் தவறவில்லை. எந்தப் பதட்டமும் இன்றி ஜெனரலின் மனைவியும் மகள்களும் இப்போது இவர்களின் அருகில் வந்தடைந்திருந்தார்கள். அவர்களை மட்டும் அகிலன் தலையை நிமிர்த்திப் பார்த்தான். தாசனின் பார்வை இப்போதும் நிலத்தை நோக்கி இருந்தாலும் அவன் நினைவுகள் வேறெங்கோ துவக்கின் சத்தங்களுக்குள் புகுந்து வெளிவர முடியாமல் திணறிக் கொண்டிருந்தன. பெண்கள் மூவரும் விலை உயர்ந்த கருப்புக் குளிர்க்கண்ணாடிகளை அணிந்திருந்தார்கள். ஜெனரலின் இரண்டு மகள்களில் ஒருத்தி தன் தங்கையைப் போல இருப்பதாக அகிலனுக்குத் தோன்றியது. அவள் சீருடையில் இவளைவிடவும் கம்பீரமாக இருக்கக்கூடும் என்றும் தோன்றியது. இவளுக்கும் தன்னைப் போல யாராவது ஓர் அண்ணன் இருக்கலாம் என்றெல்லாம் யோசித்துக் கொண்டிருந்த போது அவளும் இவனை விசித்திரமாகப் பார்த்துக் கொண்டிருந்தாள். தன் தலையை வெறுமையுடன் தாசனின் பக்கம் திருப்பிய அகிலன் "இவள் என் தங்கை இல்லை" என்று தாசனிடம் சொல்ல விரும்பினான். தாசனின் குனிந்த பார்வையில் இருந்து துளித்துளியாக விழுந்த கண்ணீர் வேட்டியை ஈரப்

படுத்திக் கொண்டிருந்தது. அவனுக்கும் தங்கை இருக்கக் கூடும் என்று மட்டும் அகிலன் நினைத்துக் கொண்டான்.

பெரும் கைதட்டல்கள் அந்த மண்டபத்தை நிறைத்த போதுதான் இவர்கள் இருவரும் தலையை ஒன்றாக நிமிர்த்திக் கொண்டார்கள். மீண்டும் செங்காவி அணிந்த பிக்கு இராணுவ ஜெனரலுடன் இவர்களுக்கு முன்னே வந்து நின்ற போது ஏதோ ஒரு கட்டளைக்குக் கட்டுப்பட்டவர்கள் போல இருவரும் எழும்பி நின்றார்கள். அடிக்கடித் தோன்றும் அந்தக் குரலை இவர்கள் இருவருமே சரியாக அடையாளம் காண முடிந்ததில்லை. செங்காவி அணிந்த பிக்குவின் முகத்தில் ஒரு சிறு புன்னகை அரும்பியது. இரண்டு சிறுவர் பிக்குகள் ஓடிவந்து தலையைக் குனிந்து செங்காவி அணிந்த பிக்குவுக்கு மரியாதை செய்து விட்டு இவர்களின் ஆடை களைக் களைந்து எடுத்துக் கொண்டு போனார்கள். இவர்களை நெருங்கி வந்து தோள்களில் அழுத்தி அந்த மரக்கதிரையில் இருக்கப் பணித்தார் செங்காவி அணிந்த வயதான பிக்கு. இவர்களின் உடல்கள் கதிரையிலோ பூமியிலோ ஒட்டாமல் அந்தரத்தில் மிதந்து கொண்டிருந்தன. நீண்ட நேரம் எந்த வார்த்தையும் பேசாமல் இவர்களையே பார்த்தபடி நின்ற ஜெனரல் பலமாகக் கைதட்டத் தொடங்கினார். அவரைத் தொடர்ந்து இவர்கள் இருவரைத் தவிர மற்ற எல்லாரும் கைதட்டி ஆரவாரம் செய்தார்கள். கைதட்டல் ஓசைகள் ஓயும் முன்பே மரத்தாலான நீண்ட மேசைகளில் உணவுகளைக் கொண்டு வந்து வைக்கத் தொடங்கினார்கள் சிறுவர் பிக்குகள். உணவுத் தட்டுகளைக் கொண்டு வந்து வைத்த சிறுவர் பிக்குகளை இதற்கு முன் பார்த்ததாக இருவருக்கும் ஞாபகம் இருக்கவில்லை. இவர்கள் அறியாதவை இன்னும் பலவும் அங்கு இருக்கலாம். அனைவரின் கவனமும் இப்போது உணவுத் தட்டுகளில் நிறைந்திருக்க, தாசனின் பார்வையும் அகிலனின் பார்வையும் மட்டும் ஆன்மா பிரிந்த நிர்வாண உடல்களில் தத்தளித்துக் கொண்டிருந்தது. தாசனுக்கு ஓடிப் போய் வெள்ளைத் துணிகளால் அந்த உடல்களை மூடி விட வேண்டும் போலிருந்தது. தன் மனத்தின் வேகத்துக்குக் கால்கள் இயங்குமா என்ற பலத்த சந்தேகத்துடன் தலையை குனிந்து வியர்த்திருந்த காற்பாதங்களையே பார்த்துக் கொண்டிருந்தான்.

17

ஒரு வெள்ளிக்கிழமை அன்று ஹசனின் வீடு மட்டும் மொத்தமாக எரிந்து போனது. அதில் ஹசனோ அவரது மனைவி மக்களோ இருந்தார்களா என்பது குறித்து எந்தத் தகவலும் இல்லை. அந்த ஊரில் எந்தத் தமிழரின் வீடும் எரியாத சூழலில் ஒரேயொரு சோனகரின் வீடு மட்டும் பற்றி எரிந்தது புதிய வரலாறுதான் என்ற போதும் அதைக் கவனிக்க கூடிய நிலையில் தமிழர்கள் யாரும் அங்கு உயிருடன் இல்லை. தமிழர்களின் வீடுகளில் அவசரமாகக் குடியேறிய ஊர்க்காவல் படையினரும் அவர்களின் சொந்த பந்தங்களும் இனிமேல் ஒரு போதும் இலங்கை அரசாலே கூடத் துரத்த முடியாதபடி புதிய காணி உறுதிப்பத்திரங்களை வைத்திருந்தார்கள். மேன்மை தங்கிய இலங்கை ஜனாதிபதி தலைமையில் நடந்திருக்க வேண்டிய ஒரு குடியேற்றம், சாரமும் வாள்களுமாக நின்ற ஊர்க்காவல் படையினரின் தலைமையில் நடந்தேறியது. நஜீப்பும் மஹாநாமவும் அன்றைக்கும் பச்சை வான்களில் வந்து போனதாக சிலர் பேசிக் கொண்டாலும் யாரும் நேரில் பார்த்ததாகத் தகவல்கள் ஏதும் இல்லை.

கோபுரத்துடன் இருந்த காளி கோவிலின் மேற்தளம் அவசரமாக இடிக்கப்பட்டுப் புதிய ஓடுகள் போடப்பட்டன. அதற்கு சுண்ணாம்பு அடித்த பிறகு கோவிலுக்கான எந்த அடையாளமும் இல்லாமல் தொழுகைக்கான மசூதியாகவே மாறிப்போனது. காளி கோவிலில் அவசரமாகக் கைவைக்க வேண்டிய தேவை வந்தமைக்கு ஊர்க் காவல் படையினருக்கும் ஊரின் சோனகப் பெரியவர்கள் சிலருக்கும் இடையே நடந்த பேச்சுவார்த்தையே காரணமாகியது. என்னதான்

சோனகர்கள் என்றாலும் வெளியில் இருந்து வந்து தமிழர்களின் காணிகளில் குடியேறியவர்கள் ஊரின் பெருமைக்குரிய பள்ளிவாசலுக்கு வருவதில் இருதரப்புக்கும் வெளியே சொல்ல முடியாத சில சங்கடங்கள் இருந்தன. நேரடியாக யாரும் இதைப் பேசிக் கொள்ளவில்லை என்றாலும் அது ஊர் முழுவதுமே பரவியபின் ஒன்று கூடிப் பேசி முடித்தார்கள். “போகப் போக சரியாகி விடும் என்றாலும் புதிய பள்ளிவாசல் ஒன்று அவசியம்” என்று ஏகமனதாக முடிவெடுத்துக் கூட்டத்தை முடித்துக் கொண்டார்கள். காளி கோவில் சுவர்களுக்குள் எழும்பிய புதிய பள்ளிவாசல் ஊரில் பரபரப்பாகப் பேசப்பட்டாலும், ஊரில் பழம் தின்று கொட்டை போட்ட பெரியவர்கள் யாரும் அந்தப் பக்கம் எட்டிப் பார்க்கவில்லை. ஆனாலும் “காளி கோவிலை இடிச்சு பள்ளிவாசல் கட்டிப் போட்டாங்கள்... கெட்டிக்காரங்கள்தான்” என்று தங்களுக்குள் பெருமை பேசவும் தவறவில்லை.

மு. ஹு. மு. அஷ்ரப்பின் படங்கள் இல்லாத வீடுகள் இல்லாமல் போன நாளில் நஜீப் அந்த ஊரின் பேச்சில் இருந்து மட்டும் அல்லாமல் ஊர்க்காவல் படையினரின் பேச்சில் இருந்தும் காணாமல் போயிருந்தான். அவன் வரவு போலவே அவன் இல்லாமல் போனதும் ஒரு மர்மம் போலத்தான் இருந்தது. அவன் அஷ்ரப்பின் சகாக்களுடன் கொழும்புக்குப் போயிருப்பதாகவும், பயிற்சிக்குப் பாகிஸ்தானுக்கு அனுப்பப்பட்டிருப்பதாகவும் ஊர்க்காவல் படையினர் மத்தியில் கதைகள் உலவின. அவை உண்மையாகவோ அல்லது முழுப் பொய்களாகவோ இருக்கலாம் என்றாலும் அது இலங்கை இராணுவத்திற்குத் தெரியாமல் இருக்காது. அவன் ஊரில் யாருடனும் நல்லுறவைப் பேணவில்லை என்றாலும் பலரின் நினைவுகளில் நீடித்திருப்பான் என்பதை அங்கு உலவிக் கொண்டிருந்த பெருமைக் கதைகள் உறுதிப்படுத்தின. அது தலைமுறைகள் கடந்தும் நன்றியுணர்ச்சியுடன் சோனகர்கள் மத்தியில் கடத்தப்படலாம்.

சொந்த ஊரின் நினைவுகளை மொத்தமாக அறுத்தெறிந்த தாசனின் உடல் இலங்கை அரசாங்க மருத்துவமனை ஒன்றில் கிடந்தது. உடலின் பாதியைப் பான்டேஜ்கள் சுற்றியிருந்த நிலையில் இரும்புக் கட்டிலில் கிடத்தப் பட்டிருந்தது அந்த உடல். அது இலங்கை அரசின் மருத்துவனை என்றாலும் அதன் கட்டுப்பாடு என்னவோ விடுதலைப்புலிகளிடம்தான் இருந்தது. அந்த மருத்துவமனைக்கு உயிருக்கு ஆபத்தான நிலையில் கொண்டு

வரப்படும் பொதுமக்கள் பலருடனும் யாராவது ஒரு சாரம் கட்டிய பெடியன் வரத்தான் செய்வான். அவன் புலியாகத்தான் இருப்பான் என்று தலைமை மருத்துவர் தொடங்கி பயிற்சி நிலைத்தாதி வரைக்கும் அறிந்திருப்பார்கள். எப்போதாவது தான் சந்தேகத்துக்கு இடமானவர்களை மருத்துவத்திற்கு அழைத்து வருவார்கள். அவர்களும் புலிகள்தாம் என்று சந்தேகத்துக்கு இடமில்லாமல் தெரிந்தாலும் எந்தப் பதட்டமும் இல்லாமல் அவசர சிகிச்சை செய்யும் அளவுக்கு அவர்கள் அனைவருமே பழகியிருந்தார்கள்.

தாசனுக்கு அவ்வப்போது தெளிவற்ற நினைவுகள் வந்து போவதைக் கவனிக்க யாரும் கூட இருப்பதில்லை என்றாலும் மருத்துவத்தாதிகள் சிறப்புக் கவனம் எடுக்கத்தான் செய்தார்கள். அதற்கு தாசனை அவ்வப்போது வந்து பார்த்துப் போகும் நபர்களில் புலிகளின் ஒரு சில முக்கியஸ்தர்களும் இருக்கலாம் என்ற தகவல் மருத்துவமனையில் பரவியது ஒரு முக்கியமான காரணம்.

தாசனுக்கு இன்னும் கொஞ்சம் நினைவுகள் வந்து போகத் தொடங்கியதும் இரண்டு பெடியள் கூடவே இருக்கத் தொடங்கினார்கள். அடிக்கடி இரவில் பதறித் துடித்து எழும்பிக் குந்த முயலும் தாசனின் கனவில் இரத்தம் ஒழுகிக் கொண்டு இருக்கும் நிர்வாண உடல்கள் வந்து போயின. அப்போதெல்லாம் படுத்த நிலையிலேயே சிறுநீரும் மலமும் வெளியேறின. எந்த நிர்வாண உடல்களையும் அடையாளம் கண்டுகொள்ள முடியாமல் கிடந்த அவனுக்கு நாட்கள் போகப் போகத் தெரிந்த உடல்களும் நிர்வாணத்தைப் பொத்திப் பிடித்துக் கொண்டு வந்து போகத் தொடங்கின. அவற்றில் கூனிக் குறுகிக் கொண்டு மூலையில் சுருண்டு கொள்ளும் பெண்ணுடல் அகிலாவுடையது என்பதை அவனால் அடையாளம் காண முடியவில்லை. அடுத்த சில வாரங்களில் தாசன் அங்கிருந்து காணாமல் போனான் என்றாலும் அவனால் தனியாகப் போயிருக்க முடியாது என்பதை மருத்துவம் தெரியாதவர்கள் கூட அறிந்து கொண்டிருந்தார்கள். தாசனுக்கு நினைவு மீண்டு விட்டது என்று கூறிக் கொண்டாலும் அவன் பெயரைப் பதிவுகளில் மாற்றி இருந்தார்கள். அவன் திரும்பவும் ஓர் இரும்புக் கட்டிலில்தான் மாற்றப்பட்டிருந்தான் என்பதால் அது இன்னும் ஒரு மருத்துவமனை என்று மட்டும் தெரிந்திருந்தது.

அவன் விடுதலைப் புலிகள் அமைப்பில் இணைந்த பிறகுதான் அவனின் உண்மையான பெயர் சண்முகதாசன் என்பதை அவனால் ஓரளவுக்கு நினைவுக்கு கொண்டு வர முடிந்திருந்தது.

அப்போது அந்தப் பெயர் யாருக்கும் முக்கியத்துவம் இல்லாமல் போயிருந்தது. மருத்துவப் பிரிவில் அவனை சாந்தன் என்றுதான் எல்லாரும் அழைத்தார்கள். அவனின் உண்மையான பெயரைக் கொண்ட எந்தச் சான்றுகளும் யாரிடமும் இல்லாமல் போயிருந்தன. அவன் விடுதலைப் புலிகள் அமைப்பில் இணைந்து இரண்டு ஆண்டுகள் பூர்த்தியாகும் வரை உளவுப் பிரிவினரின் கண்காணிப்பில் இருந்தது மட்டும் அவசியம் சொல்லிக் கொள்ள வேண்டிய செய்தி!

18

மரவள்ளித் தோட்டத்தின் சிறு குளுமையும் ஆங்காங்கு நின்ற வேப்பமரத்தின் நிழலுமே ஒரே ஆறுதலாக இவர்களைப் பாதுகாத்து நின்றன. அகிலன் அவனது அப்பாவை ஒரு முறை பார்த்து விட வேண்டும் என்ற ஆவலில் இருந்தான். இதைத் தாசனிடம் சில முறை வாய்விட்டுச் சொல்லியும் விட்டான். தாசனுக்கு அவனைப் புரிந்து கொள்ள முடிந்தாலும் என்ன பதில் சொல்வதென்றுதான் தெரியவில்லை. ஆறுதல் சொல்லலாம்தான். ஆனால், ஆறுதல் ஒரு போதும் பதிலாக இருந்து விடுவதில்லை. அது சில வேளை இன்னும் ஆர்வத்தைப் பெருக்கி பலமான உளச் சேதத்தைக் கூட உருவாக்கி விடும் என்று பயந்தான். அதனாலேயே அதற்குக் காது கொடுக்காதது போல எப்போதும் விலகி நின்றான்.

இவர்களை அரைமணி நேரத்துக்கு மேல் நடக்க வைத்து ஒரு தகரக் கொட்டிலுக்குக் கூட்டிப் போனார்கள். தலையில் நிறையவே தண்ணீரைத் தெளித்து சரியாக சீவவும் முடியாத அளவுக்கு சிக்கலாகிப் போன தலை மயிரை ஒட்ட வெட்டி விட்டார்கள். எதுவெல்லாம் விடுதலை உணர்வைத் தரும் என்று அகிலன் இப்போதெல்லாம் உறுதிபடக் கூற முடியாது. கடைசிச் சில மயிர்களும் கழுத்தால் புரண்டு கீழே விழுந்த போது பெருத்த சந்தோசத்தில் இருந்தான். கறுத்த தடியன் ஒருத்தன்தான் இவர்களுக்குத் தலைமயிர் வெட்டி விட்டான். இயல்பாகவே உடலில் ரோமம் நிறைந்திருந்த அவன் அரைக்கால் சட்டை மட்டுமே போட்டிருந்தான். அவனின் உப்பிய வயிற்றில் உருண்டு திரண்டு ஓடிய

வியர்வை ஒரு புதிய துர்நாற்றத்தை இவர்களுக்கு அடையாளம் காட்டியது.

முதலில் அகிலனுக்கு முகச்சவரம் செய்ய சன் லையிட் சவுக்காரத்தைக் கரைத்துப் பூசினான். அவன் முகச்சவரம் செய்யும் போது ஏற்கனவே ஒட்டிப் போயிருந்த கன்னஅத்தின் தோலை உரிக்கிறானா என்றொரு சந்தேகம் தாசனுக்கும் எட்டிப் பார்த்தது. அகிலன் அந்த நிமிடம் சன் லையிட் சவுக்கார வாசனையில் கொஞ்சம் கண்ணை மூடிக்கொண்டான். சவுக்காரம் உடலில் பட்டு எவ்வளவு நாளாயிற்று என்று சொல்லத் தோன்றிய நேரம் கழுத்தில் கூரிய ஆயுதம் இருந்தது. சவரம் செய்ய வந்தவனிடம் உள்ளங்கை அளவு கூட கண்ணாடி இல்லை. ஒரு வேளை அவனைக் கண்ணாடி கொண்டு போக அனுமதிக்கவில்லையோ தெரியாது. காசே இல்லை என்றாலும் ஒரு கண்ணாடி இருக்கும் பர்சைத்தான் அகிலன் எப்போதும் வைத்திருந்திருக்கிறான். அதை ஊர் வைரவர் கோவில் திருவிழாவில் வாங்கியிருந்தான். நீண்ட நாட்களுக்கு அதை ஒரு பொக்கிசம் போலப் பாதுகாத்தான். அதில் இருந்த கண்ணாடி ஒரு மூன்று இன்ச் அளவுக்கு இருக்கும். அது கூட தலைமயிர் வெட்டி விட வந்தவனிடம் இல்லை என்பதை இவர்களால் நம்ப முடியவில்லை. தாசனும் எவ்வளவோ முயற்சித்துப் பார்த்தும் கண்ணாடி பார்த்த கடைசி நாளை நினைவிற்குக் கொண்டு வர முடியவில்லை. இவர்களின் கண்கள் கலங்கி இருந்ததைக் கவனித்து விட்ட போதும் அவன் எதுவும் பேசிக் கொள்ளவில்லை. தாசனுக்கும் அவசரமாக முகச்சவரம் செய்ததும் வந்த வேலை முடிந்து விட்டதாக அவனாகவே ஒரு முடிவுக்கு வந்தவனாகத் திரும்பிப் போய் விட்டான். அவர்கள் இருவருக்கும் மீசை இருந்த அடையாளத்திற்கு ஒரு மயிர்க் கோடு மட்டும் இருந்தது. எப்படியும் இரண்டு மாதத்திற்குள் வளர முடியாத அளவுக்கு தலைமயிரை ஒட்ட வெட்டி விட்டிருந்தான். தேங்காய் எண்ணை என்ற ஒன்றைக் கண்ணிலேயே காட்டாத இடத்தில் இது கூட பேருதவிதான்.

இவர்களுக்கு சங்கிலி பூட்டுவதில் அந்த சிறுவர் பிக்குகளுக்கு ஒரே சந்தோசம். தாசனும் அகிலனும் கூட தங்கச்சிமாருக்குக் காப்புப் போட்டு விடும்போது அந்த சந்தோசத்தை அனுபவித்திருப்பார்கள். சிறுவர்களின் முகத்தில் அகிலன் கண்ட சந்தோசம் அவன் தங்கையின் காப்பு சந்தோசத்தை விடப் பன்மடங்காக இருந்தது என்பது உண்மை. இன்றைக்கு என்ன விசேஷம் என்பது போல

அகிலனைப் பார்த்தான் தாசன். அவனுக்குப் பதில் சொல்ல உடனே தயாரானவர்கள் போல இவர்களைத் தோட்டப் பகுதியில் இருந்து நடக்க வைத்துக் காட்டுப் பாதையில் கூட்டிப் போனார்கள். அது காடு என்றாலும் ஆங்காங்கு மனித நடமாட்டத்தைக் காண முடிந்தது. ஆனால், மிருகங்கள் ஏதுமில்லை. அவர்கள் யாரும் பொதுமக்கள் இல்லை இராணுவத்தினரும் பிக்குமாரும்தான். இலங்கையில் பொது மக்களை விட இராணுவத்தினர் கூடி விட்டார்களோ என்ற சந்தேகம் எல்லாருக்கும் இருக்கிறது. அதற்கு முன் பொதுமக்களை விட பிக்குமார் அதிகம் என்ற பேச்சுத்தான் இலங்கையில் இருந்தது. இலங்கையின் முப்படைத் தலைவரையே அடிபணிய வைக்கும் பிக்கு வாழ்க்கையை யார்தான் விரும்பாமல் இருக்க முடியும். இலங்கையின் வரலாற்றில் புத்தரை விட அதிகார ஆசை கொண்டவர்கள் யாரும் இருந்ததில்லை.

காட்டின் ஒரு பகுதியைக் கடந்ததும், கண்ணுக்கெட்டும் தூரம் வரை ஒரு ரம்புட்டான் தோட்டம் விரிந்து கிடந்தது. அவ்வளவு பெரிய ரம்புட்டான் தோட்டத்தை இவர்கள் அன்றுதான் முதல் முதலில் பார்த்தார்கள். வட-கிழக்கில் ரம்புட்டான் தோட்டத்தை கற்பனையும் செய்து பார்க்க முடியாது. அகிலனுக்கு மிளகாய்ப்பழத் தோட்டம்தான் தெரியும். தாசனும் பார்த்திருக்கவில்லை என்பதை அவன் முகத்தில் இருந்த பிரமிப்பு அப்பட்டமாகக் காட்டிக் கொடுத்துக் கொண்டிருந்தது. அகிலன் தன் முகத்தில் ஒரு சிவப்பு மின்னல் வந்து ஒட்டிக் கொண்டது போல உணர்ந்தான். தாசன் தன்னைக் கட்டுப்படுத்திக் கொண்டதும் அகிலனை முறைத்துப் பார்க்கத் தொடங்கி இருந்தான். என்றாலும் கூட அகிலனால் முகத்தில் ஏற்பட்ட சிவந்த பூரிப்புணர்வை கட்டுப்படுத்த முடியவில்லை.

அந்த சிறுவர் பிக்குகளுக்கு இவர்களின் மேல் ஏன் திடீரென்று எரிச்சல் ஏற்பட்டதென்று தெரியவில்லை. அவர்களின் செயல்கள் அடிக்கடி இப்படி மாறி விடுவதால் இவர்களுக்கு அது கொஞ்சம் பழகி விட்டது என்றாலும், அகிலனுக்கு ஒரு திடீர் ஏமாற்றமாகத்தான் இருந்தது. இவர்களின் சங்கிலிகளை ஓர் உருண்டு திரண்ட காட்டு மரத்தை சுற்றிப் போட்டு ஒரு பூட்டைப் போட்டுவிட்டுப் போனார்கள். இவர்களுக்கு ஏழு அல்லது எட்டடி தூரத்தில் ரம்புட்டான் பழங்கள் காற்றில் மிக மெதுவாக அசைந்து கொண்டிருந்தன. அந்த மரத்தை சுற்றிச் சுற்றி அண்ணார்ந்து பார்த்தும் அது என்ன மரம் என்பதை

அவர்களால் கண்டுபிடிக்க முடியவில்லை. ஒருவனுக்கு ஒரு மரத்தை அடையாளம் தெரியாமல் இருந்தால் அவனுக்கு அது போதி மரம். அதன் கீழ் அவனுக்கு ஞானம் கிடைக்கும் என்று ஏதோ ஒரு புத்தகத்தில் படித்த ஞாபகம் அகிலனுக்கு வந்து போனது. நிலத்தில் குந்தி இருக்கக் கூடியதாக சங்கிலி கொஞ்சம் இளகி இருந்தது இவர்களுக்கு அப்போது பெரிய ஆறுதலாகத்தான் இருந்தது. "எங்களை இந்த தோட்டத்திற்கு வேலைக்கு கொண்டு வந்திருக்கிறாங்கள்" என்று தாசன் எந்த உணர்ச்சியும் இன்றிச் சொன்னான். இதற்கும் நான் தான் தலையாட்ட வேண்டும் என்பது போல அகிலன் தலையை ஆட்டிக் கொண்டான் என்றாலும் தன் முகத்தைக் காட்டவில்லை. அவன் கண்களில் சிவந்த ரம்புட்டான்கள் நிறைந்து உருண்டு கொண்டிருந்தன.

இவர்களுக்குப் பின்னால் சற்றுத் தொலைவில் சில பெண்களை அழைத்துப் போய்க் கொண்டிருந்தார்கள். அவர்களின் முகங்களை அடையாளம் காண முடியாத அளவுக்கு தலை முடிகள் ஒழுங்கற்று விரிந்து கிடந்தது. அவர்களும் முகம் காட்ட விரும்பாதவர்கள் போலத்தான் நடந்து போய்க் கொண்டிருந்தார்கள். உடல்களில் ஒட்டுத்துணி கூட இல்லாத தொய்ந்த கால்கள். அகிலனையும் மீறி அவன் கண்கள் மேலெழுந்தன. இவர்கள் அப்போது வெள்ளை வேட்டி கட்டி இருந்தார்கள் என்பதால் வேறு ஆட்கள் என்று அவர்கள் திரும்பிப் பார்க்கவில்லையோ தெரியவில்லை. தாசன் "அகிலா..." என்று கத்திய போதுதான் அகிலன் பதட்டம் அடைந்தான். தன்னைத்தான் கூப்பிடுகிறான் என்றும் நினைத்தான். அருகில் இருக்கும் தன்னை ஏன் இப்படிக் கத்திக் கூப்பிடுகிறான் என்று குழம்பிப் போனான். சங்கிலியில் கட்டப்பட்டிருப்பதை மறந்து திமிறிக் கொண்டு எழும்பி ஓட முயன்றான் தாசன். இரும்புச் சங்கிலி உடலைப் பிய்ப்பது போல சில இடங்களில் கீறிய பிறகும் அவன் வேட்கை அடங்கவில்லை. அதற்குத் துளியும் வாய்ப்பில்லை என்று தெரிந்தும் ஏதோ ஒரு வேகத்தில் அகிலனும் அவனுடன் சேர்ந்து சங்கிலியை இழுத்துப் பார்த்து ஓய்ந்திருந்தான். தாசனின் உடல் இரும்புச் சங்கிலியோடு இறுகிக் கொண்டு நிற்க தலை மட்டும் இப்போது குனிந்திருந்தது. அவனுக்கு நாசி அடைத்துக் கொண்டது. அவர்கள் இவர்களைத் திரும்பியும் பாராமல் போய்க்கொண்டே இருந்தார்கள். அவர்களுடன் போய்க் கொண்டிருந்த சிறுவர் பிக்குகள் மட்டும் ஓர் அலட்சியப் பார்வை பார்த்து விட்டு தடிகளைக் காற்றில் வீசிக் கொண்டு போனார்கள். அவற்றின் ஒலி விண்விண்ணென்று

நீண்ட தூரம் பரவிக்கொண்டு போனது. தாசன் எப்படித் தன் தங்கையை அத்தனை பெண்களிடையே கண்டுபிடித்தான் என்று தெரியவில்லை. அப்போது அதைபற்றி அவனால் யோசிக்கவும் முடியவில்லை. தாசன் இன்னும் தன்னைக் கட்டுப்படுத்த முடியாமல் மரத்தோடு விழுந்து வீறிட்டுக் கத்தத் தொடங்கியிருந்தான். அவன் தங்கை உயிருடன் இருக்கிறாள்!. நிர்வாணமாக இருக்கிறாள்!

அகிலன் மட்டும் தாசனைத் தன்னோடு கட்டிப்பிடித்து மண்ணோடு அழுத்தியிருக்காவிட்டால் என்னவெல்லாம் நடந்திருக்கும்?. இவன் தங்கையை இழுத்து வந்திருப்பார்கள். உன் தங்கச்சிதானே? என்று கேட்டு உறுதிப்படுத்தி விட வேண்டும் என்றே அவள் உடலை விரித்து இவனைப் பரிசோதித்திருப்பார்கள். ஒரு வேளை அகிலனுக்கு முன்னால் வைத்துப் பரிசோதித்தால் அவர்கள் எதிர்பார்க்கும் பெறுபேறுகள் கிடைக்கலாம் என்ற முடிவுக்கும் கூட அவர்கள் வரக்கூடும். அகிலனுக்கு ஒன்றுதான் விளங்கவில்லை... "தங்கச்சி கடைசியாகத் திரும்பிப் பார்த்துக் கொண்டு போனாள்" என்று தாசன் சொன்னான். அந்தப் பெண்களுள் யாரும் திரும்பிப் பார்க்கவேயில்லை என்பது அகிலனுக்கு உறுதியாகத் தெரியும்.

19

தங்கத்தால் அலங்காரம் செய்யப்பட்ட வீதியாக மஞ்சள் ஒளியை வீசிக் கொண்டிருந்தது கொழும்பு செட்டித் தெரு. ஒவ்வொரு கடையின் கதவுகள் திறக்கும் போதும் உள்ளிருந்து வீதிக்குப் பாயும் குளிர்சாதனங்களின் காற்று வீதியில் போவோர் வருவோரை எல்லாம் உள்ளே இழுத்துப் போட்டுக் கொண்டிந்தது. மருந்துக்கு கூட ஒரு சிங்களப் பெயரைக் கண்டு பிடிக்க முடியாது போல இருந்தாலும் பல கடைகளின் முதலாளிகளாக சிங்களவர்கள் திடீர் திடீரென்று வந்து விட்டார்கள். சில கடைகளில் மட்டும் ஆங்கிலப் பெயர்களை வைத்து முன்னோட்டம் பார்த்து விட்டு அப்படியே விட்டு விட்டார்கள். செட்டியார் பெயரில் விற்றால் என்ன, நல்லூரரான் பெயரில் விற்றால் என்ன, தங்கம் விற்றால் போதும். எந்தக் கடைக்குப் போனாலும் சிரிக்கும் புத்தரும் மகாலட்சுமியும்தான் இருப்பார்கள். தொழிலுக்கும் காசுக்கும் முன் எல்லாம் ஒன்றுதான். இலங்கையில் கொழும்பு செட்டித் தெருவில் மட்டும்தான் புத்தர் சிரிப்பார். அவர் சீனாவில் இருந்து வந்த புத்தர்.

அருணா கோல்ட் கவுஸ் அருகில் இருக்கும் இருண்ட பாதையில் நான்கு அடி உள்ளே போனால்தான் சண்முகநாதன் நகைக் கடை இருப்பதே தெரியும். இருளில் புதையல் போல இருக்கும் அந்த ஏழுக்கு நாலு கடையின் முதலாளியும் ஊழியரும் அவர் தான். அந்தக் கடையில் லட்சுமிக்குக் கூட இடம் இல்லை பெருமாள் மட்டும்தான். அவர் இந்தியாவுக்குப் போகிறபோது ஒரு நாளும் இந்தியாவுக்குப் போகிறேன் என்று சொல்ல மாட்டார். திருப்பதிக்குப் போகிறேன் என்றுதான்

சொல்லுவார். ஆனால் விமானம் என்னவோ திருச்சிக்குத்தான் போய்ச்சேரும். போகும் போதும் வரும்போதும் பையில் தங்கத்தின் பாரம் இருக்கும். தங்கத்தைக் கொண்டு போகிறாரா அல்லது கொண்டு வருகிறாரா என்பது இந்த நிமிடம் வரை யாராலும் கண்டு பிடிக்கப்படவில்லை. கண்டு பிடிக்க வேண்டிய அதிகாரிகள் யாருக்கும் அதில் போதிய அக்கறை இல்லை. அவர் போகும்போதும் வரும்போதும் வணக்கம் மட்டும் வைத்து விடுவார்கள். அவரின் பட்டு வேட்டியும் நெற்றி நிறையும் திருநீறுமான தோற்றத்தைப் பார்த்தால் யாருக்கும் கும்பிடத் தோன்றத்தான் செய்யும். மற்றொன்று, என்னதான் நகைக்கடையே இருந்தாலும் ஒரு பொட்டுத் தங்கத்தைக் கூட அவர் உடலில் கண்டுபிடிக்க முடியாது. ஒரேயொரு பச்சைக் கல்லு மோதிரம். அந்த ராசிக் கல் கூட வெள்ளியில்தான் போட்டிருந்தார்.

சண்முகநாதனின் கடையின் அளவை வைத்து வருமானத்தைக் கணக்குப் போட்டு விட முடியாது. கடைக்கு வரும் வருமானம் போதாது என்பது போல கடைக்கு மேலே இரண்டு அறைகள் இருக்கின்றன. இரண்டும் மாத வாடகைக்கு விடப்படுவதால் அடிக்கடி ஆட்கள் மாறிக்கொண்டே இருப்பார்கள். அந்த அறைகளின் இரகசியம் அறிந்தோர் மட்டும்தான் ஆட்களை அங்கு அனுப்பி வைப்பார்கள். ஒரு போதும் சாதாரண சனங்கள் அங்கே தங்குவதற்கு வந்ததில்லை. இப்போது அந்த அறைக்கு வந்திருக்கும் இருவரும் சாதாரண ஆட்கள் இல்லை என்பது அவருக்குத் தெரியும். ஆனாலும் உரிய பணம் வங்கிக் கணக்கில் விழுந்து கொண்டே இருப்பதைக் கவனிப்பதிலேயே அவர் குறியாக இருந்தார். சண்முகநாதனுக்கு எந்தக் காசும் நேரில் வருவதில்லை. அதுதான் பாதுகாப்பானது என்பது அவர் நம்பிக்கையாக இருந்தது.

ஓர் அறையில் இரண்டு தமிழர்களும் மற்றைய அறையில் இரண்டு சிங்களவர்களும் தங்கி இருக்கிறார்கள். சண்முகநாதனின் நினைவு தெரிந்து அதிக நாட்கள் தங்கி இருக்கும் வாடிக்கையாளர்கள் இவர்கள்தான். தமிழர்கள் வெளியே போவதே இல்லை. வெளியே போகும்போது மட்டும் சிங்களவர்களில் ஒருவர் தலையில் இருந்து தொப்பியை எடுத்து விடுகிறார். அப்படியானால் அவர் சிங்களவர் என்ற பெயரில் இருக்கும் ஒரு சோனகர். இதில் அதிர்ச்சி அடையவோ விசாரிக்கவோ ஏதுமில்லை. சண்முகநாதனுக்கு இதெல்லாம் ஒரு கவனத்திற்குரிய காரியமும்

இல்லை. ஒரு முறை மேல் அறையில் ஐம்பது வயது மதிக்கத்தக்க தமிழர் தற்கொலை செய்து கொண்டார். மின்விசிறியால் ஒருவர் கொல்லப்பட்டார் என்று சொன்னால் யார் நம்புவார்கள் என்று கொழும்பு காவல்துறையே அதை ஒரு தற்கொலை வழக்காகப் பதிவு செய்து கொண்டது. அந்தத் தமிழரை அழைத்துக் கொண்டு வந்து அடைத்து வைத்திருந்த சிங்களக் காவல்துறை அதிகாரியே கூட நின்று அந்த தற்கொலை வழக்கைத் தகவல் பிழைகள் இல்லாமல் பதிவு செய்து கொள்ள உதவினார். அன்று ஒரு நாள் மட்டும் சண்முகநாதன் கடையைக் காலை ஒன்பது மணிக்குத் திறக்காமல் மத்தியானம் இரண்டு மணி வரை மூடி வைத்திருந்தார். அதற்கு மேல் தொழிலை ஒத்தி வைத்துக் கொள்ள அவரால் முடியவில்லை. அந்த அறைகளின் சொந்தக்காரர் சண்முகநாதன் இல்லை என்பதும் கொழும்பு காவல் துறையின் உறுதியான நம்பிக்கையாகும்.

20

பெற்றா ரயில்வே நிலையத்தில் சனங்களின் சலசலப்பும் ரயில்வே துறையின் இயந்திர ஒலிகளும் ஒன்றை ஒன்று போட்டி போட்டுக் கொண்டிருந்தன. இராணுவத்தினரோ அல்லது காவல்துறையினரோ சோதனைச் சாவடிகள் அமைத்து பதட்டத்துடன் நிற்கும் சூழலில் இருந்து கொழும்பு விடுபட்டு விட்டதை பெற்றாவை வைத்தே கண்டுபிடித்து விட முடிந்தது. அகிலன் அண்ணார்ந்து பார்த்து “புறக்கோட்டை ரயில் நிலையம்” என்று தமிழில் படித்து விட்டு தாசனைப் பார்த்தான். புதிய கறுப்பு கண்ணாடியைத் தாசன் இன்னும் கழட்டி இருக்கவில்லை. சரியாகச் சொன்னால் தாசன் ரயிலில் கூட அந்தக் கறுப்புக் கண்ணாடியைக் கழட்டவே இல்லை. அகிலன் கண் அயர்ந்து தாசனின் மேல் இரண்டு முறை சரிந்த போதும் கண்ணாடி தட்டுப்படாமல் இருப்பதில்தான் தாசனின் கவனம் இருந்தது.

பெற்றா இரயில் நிலையத்தில் இவர்களுடன் வந்து நின்றவர் இலங்கை அரசின்புலனாய்வுத்துறை அதிகாரி. அவர் பெயர் மெண்டிஸ் என்பது மட்டும்தான் இவர்களுக்குத் தெரிந்திருந்தது. இவர்கள் இருவரின் புதிய அடையாள அட்டைகள் இரண்டும் அவர் கையில்தான் இருந்தன. அது மட்டும் இல்லாமல் இருவரின் பெயரில் இரண்டு தனிக்கோப்புகளும் அவர் கைவசம் இருந்தன. எங்கிருந்தோ வந்த மசூதியின் தொழுகைச் சத்தத்திற்கு மட்டும் ஒரு முறை கண்களை மூடித்திறந்ததைத் தவிர அவரின் முகத்தில் வேறெந்த மாற்றமும் துளியும் ஏற்படவில்லை.

பச்சை வண்ண ஓட்டோ ஒன்று வந்து நின்றதும் அதன் அடையாள எண்ணைக் கூர்ந்து கவனித்து விட்டு "போகலாம் வாங்க" என்று மெண்டிஸ் கூறினார். மெண்டிஸ் இவர்களுடன் பயணிக்கத் தொடங்கிய பின் பேசிய முதல் வார்த்தை அதுவாகத்தான் இருந்தது. ரயிலில் இவர்களை நோக்கி வருகிறவர்களுக்கு தன்னுடைய கையில் இருந்த ஓர் அட்டையை எடுத்துக் காட்டியது போல ஓட்டோவில் ஏறும் போதும் அதே அட்டையை ஓட்டோ சாரதியின் முகத்துக்கு நேரே நீட்டிக் காட்டி விட்டுத்தான் இவர்களை ஏறுமாறு கண்ணைக் காட்டினார். ரயில் நிலையத்தில் இவர்கள் முன் தோன்றி மறைந்த இரண்டு பிச்சைக்காரர்களைத் தவிர எல்லாருக்குமே எடுத்தவுடன் அந்த அடையாள அட்டையைத்தான் மெண்டிஸ் காட்டிக் கொண்டு வந்தார். ஓட்டோ போகும் பாதையில் அடித்த கருவாட்டு வாசனைக்குக் கூட தாசனின் முகத்தில் வாந்தி எடுக்கும் பாவனை வந்து வந்து போனது. அகிலன் தலையைப் பின்னுக்குச் சாய்த்துக் கொண்டு என் முகத்தை உலகம் பார்க்கத் தேவையில்லை என்பது போலக் கிடந்தான். தலையை முடிந்தவரை வெளியே நீட்டிக் கொண்டு வந்த மெண்டிஸ் மட்டும் அது பழைய பெற்றா இல்லை என்பதை அறிவான். ஒரு வேளை அந்த ஓட்டோ சாரதிக்கும் அது தெரிந்திருக்கலாம்.

ஒரு திங்கட்கிழமை அதிகாலையில் ரம்புட்டான் தோட்டத்தில் இருந்து அவசரமாக அழைத்துச் செல்லப்பட்ட இருவரும் இரண்டு மணி நேரத்துக்கு மேலான பயணத்தின் பின் ஒரு தொடர்மாடிக் கட்டிடத்தில் தங்க வைக்கப்பட்டார்கள். கடைசியாக செங்காவி அணிந்த பிக்கு இவர்கள் முன் தோன்றியவுடனேயே கருப்பு துணி ஒன்றால் இருவரின் இடுப்பு வரையில் மூடப்பட்டது. போகும் வழியெங்கும் பல்வேறு இடங்களில் வாகனம் நிறுத்தப்பட்டது. சில இடங்களில் வாக்குவாதங்கள் ஏற்பட்டன என்றாலும் எதையும் இவர்களால் விளங்கிக்கொள்ள முடியவில்லை. இவர்களை அழைத்துப் போன வாகனம் முழுவதும் குளிரூட்டப்பட்டது என்பதைத் தாண்டி வேறெதையும் இவர்களால் அடையாளம் காண முடியவில்லை.

அடுத்த நாள் மிகச்சரியாகக் காலை எட்டு மணிக்கு இருவரும் ஒரு குளிரூட்டப்பட்ட கண்ணாடி அறையில் இருத்தி வைக்கப்பட்டிருந்தார்கள். இருவருக்கும் முன் கண்ணாடிக் கிளாசில் சுத்தமான தண்ணீர் கொண்டு வந்து வைத்தார்கள்.

மரத்தாலான ஓர் உயரமான அலமாரி மேசைக்கு அருகில் இருந்தது. அதில் இருந்த புத்தகங்களுடன் ஒரு காலண்டரும் தொங்கிக் கொண்டிருந்தது. அதன் வெள்ளைத் தாள்களில் கருப்பு நிறம் திகதி 3-5-2018 என்று காட்டியது. தாசனுக்குப் பாம்புச் சட்டை போல உடலில் இருந்து ஏதோ உரிந்து விழுந்தது போலிருந்தது. அகிலனின கவனம் முழுவதும் தன்முன் ஓடிக் கொண்டிருந்த இரண்டு காமெராக்கள் மேல்தான் இருந்தது. அதில் இருந்து வரும் டீற் டீற் ஒலிக்கு மட்டும்தான் அவன் கண்களை மூடித் திறந்து கொண்டிருந்தான். அந்த அறையின் நான்கு மூலையிலும் காமெராக்கள் ஓடிக் கொண்டிருந்தன. ஒரு பெரிய திரையில் இவர்கள் இருவரின் அசைவும் உடனுக்குடன் காட்சிப்படுத்தப் பட்டுக்கொண்டிருந்தது. மேலே இருந்த காமெராக்களில் இருந்து இடையிடையே ஒரு டீற் டீற் சத்த்துடன் சிவப்பு ஒளியும் வந்து வந்து போனது. அறையில் இவர்களைத் தவிர எல்லாரும் ஒரு விதமான பரபரப்புடன் இயங்கிக் கொண்டிருந்தார்கள். அகிலனின் கை ஒன்று அடிக்கடி மூக்குக்குப் போய்வந்து கொண்டிருந்தது. திரையில் அதைக் கவனித்த பின் கை அதுவாகவே மேலே உயரவில்லை. அறைக்கு வெளியில் ஆயுதம் தாங்கிய கருப்பு ஆடை அணிந்தோர் கடமையில் இருந்தார்கள். அவர்களின் அறையில் நின்றவர்கள் இராணுவத் தினருக்குரிய மிடுக்குடன் இருந்தாலும் ஆடைகள் என்னவோ விற்பனைப் பிரதிநிதிகள் போலத்தான் அவர்களை அடையாளம் காட்டின.

ஓர் இராணுவ அதிகாரி அவரின் அதிகாரங்களை அடையாளம் காட்டும் அளவுக்கு மெடல்கள் பொருத்தப்பட்ட சீருடையுடன் இவர்களின் எதிரே இருந்த சுழலும் சொகுசுக் கதிரையில் வந்து அமர்ந்ததும், அதுவரை அந்த அறையில் பரபரப்பாக இருந்த நான்கு பேர் அந்த அறையின் மூலை ஒன்றில் ஒதுங்கி நின்று கொண்டார்கள். தொப்பை வயிற்றுக்கு மேல் கைகள் இரண்டையும் தேய்த்துக் கொண்டே கொஞ்சம் நேரம் இவர்களைப் பார்த்துக் கொண்டிருந்த அதிகாரி, திரையில் இரண்டு ஒளிப்படங்கள் தோன்றியதும் தலையைத் திருப்பிக் கொண்டார். அவர் தலையுடன் சேர்ந்து மொத்த உடலும் அசைந்து திரும்பியது. திரையில் விடுதலைப்புலிகள் அமைப்பின் சீருடையில் அகிலனும் வெள்ளைச் சீருடையில் தாசனும் தோன்றியிருந்தார்கள். படங்கள் அவ்வளவு துல்லியமாக இல்லை. திரையில் அந்தப் படங்கள் இரண்டும் தொடர்ந்து துடித்துக் கொண்டிருப்பது போலத்தான் தெரிந்தது. இரண்டு ஒளிப்படங்களின் கழுத்திலும் ஒன்று

போலத் தொங்கிக் கொண்டிருந்த கயிற்றின் முனைகள் நெஞ்சுச் சட்டையின் உள்ளே மறைந்திருந்தன. இராணுவ அதிகாரியின் முகத்தில் எந்த மாற்றமும் இப்போது இல்லை. தாசனும் அகிலனும் தங்கள் படங்களையே நீண்ட நேரம் ஆச்சரியத்துடன் பார்த்துக் கொண்டிருந்தார்கள். தாங்கள் எங்கே இருக்கிறோம் என்பது நினைவுக்கு வரவே அவர்களுக்கு சில நிமிடங்கள் பிடித்தன.

தன்னுடைய இடது பக்க மார்புக்கு மேலாக ஏறி இருக்கும் அதிகார மெடல்களைத் தடவிக் கொண்டு "கொட்டியா" என்று அந்த அதிகாரி சொல்லி முடிக்கவும் அவர் முன் நவீனமான மடி-கணனி ஒன்று கொண்டு வந்து வைக்கப்பட்டது. தன் தலையில் சற்றுப் பெரிய ஹெட்போனைப் பொருத்திக் கொண்டு கை விரல்களைக் காற்றில் அசைத்தபடியே பேச ஆரம்பித்தார். இடையிடையே அவர் முகம் மலர்வதும் அதில் மடி-கணனியின் ஒளி மின்னி மறைவதும் தொடர்ந்து கொண்டிருந்தபோது ஒரு புதிய குரல் அதில் இருந்து எழுந்து வந்து அந்த கண்ணாடி அறை முழுவதும் கேட்டது. "ஹலோ ஹலோ வணக்கம். தாசன் அண்ட் அகிலன்... ஹலோ பயப்பிடாதீங்க. ஒண்டுக்கும் யோசிக்க வேண்டாம்." இராணுவ அதிகாரி இவர்களை நிமிர்ந்து பார்க்க முதலே அந்தக் குரல் இடை நிறுத்தப்பட்டது. இதற்கு முன் அந்தக் குரலை கேட்ட ஞாபகம் எதுவும் இவர்கள் இருவருக்கும் வரவில்லை. மேலும் கணனியின் ஒலித்தன்மை ஊடாக ஒரு குரலை அடையாளம் காணும் அளவுக்கு இவர்கள் நிதானத்துடனும் இருக்கவில்லை.

மடி-கணனியில் தொடர்ந்தும் அந்த அதிகாரி உரையாடுவதை அவரின் கைகளின் அசைவும் முகத் தசைகளின் இறுக்கமும் வெளிக் காட்டிக் கொண்டே இருந்தன. அவருக்குத் தேனீர் வரும் போது இவர்கள் இருவருக்கும் அதே பீங்கான் கப்பில் தேனீர் கொண்டு வந்து கொடுக்கப்பட்டது. அதிகாரி கை அசைக்கும் வரையும் இருவரும் அதை தொடுவதைப் பற்றி நீண்ட யோசனையில்தான் இருந்தார்கள். கையில் எடுத்த வேகத்திற்குக் குடித்து முடித்துக் கீழே வைத்தும் விட்டார்கள். அதிகாரி இப்போது சிங்களத்தில் ஏதோ மெதுவாகச் சொல்லவும் கண்ணாடிக் கதவோடு ஒட்டி நின்ற ஒருவன் இவர்களை நெருங்கி வந்து மேசையில் இரண்டு கைகளையும் ஊன்றிக் கொண்டு குனிந்து சொன்னான். "உங்களை வெளிய அனுப்பத்தான் பேச்சு வார்த்தை நடக்குது."

இவர்கள் அந்தப் பாதுகாக்கப்பட்ட பிரதேசத்தின் கண்ணாடி அறையில் தொடர்ந்தும் பல முறை இருத்தி வைக்கப்பட்டார்கள். நல்ல உணவும் மருத்துவ பரிசோதனைகளும் இவர்களுக்கு வழங்கப்பட்டதே புதிய பிரச்சனையாக இருந்தது. இந்தப் புதிய நடைமுறைகள் இவர்களுக்கு எந்த விதமான மகிழ்ச்சியையும் தரவில்லை. தாசனை விடவும் அகிலன் இன்னும் இன்னும் ஒடுங்கிப் போய்க் கொண்டிருந்தான். நினைவில் இருக்கும் தேவாரங்களை அரை குறையாக இரவுகளில் உச்சரித்தான். அது உளறல் போலக் குளிக்கும் அறையிலும் கூடத் தொடர்ந்து கொண்டிருந்தது. இவர்களின் வாசிப்புக்கு என்று கொண்டு வந்து கொடுக்கப்பட்ட புத்தகங்கள் பணம் சம்பாதிப்பது குறித்து ஆங்கிலத்தில் இருந்து தமிழுக்கு மொழிபெயர்த்துச் சொன்னது. தாசன் அவற்றின் இரண்டு பக்கங்களைக் கூட முழுவதும் படித்து முடித்ததில்லை. அவற்றை ஆர்வத்துடன் எடுத்து முகத்தை மறைத்துக் கொள்ளும் அகிலனின் உதடுகளில் இருந்து அப்போதும் “குற்றாயினவாறு விலக்கலீர் கொடுமை பல செய்தன நான் அறியேன்” என்று தான் கேட்டுக் கொண்டிருந்தது.

பாதுகாக்கப்பட்ட பிரதேசத்தில் அதிக பாதுகாப்புடன் இருந்த இவர்களின் அறையில் எந்த முன் அறிவிப்பும் இல்லாமல் வந்துபோய்க் கொண்டிருந்த பிக்குச் சிறுவர்களை பற்றிய உண்மையைத் தாசன் கடைசிவரையில் அகிலனுக்கு சொன்னதில்லை. அவர்கள் முன்போல எந்த விதத்திலும் இவர்களைத் தொந்தரவுகளுக்கு உட்படுத்துவதில்லை. அவர்கள் அறைக்கு வருவதே தியானம் செய்வதற்கு என்பது போல மூலைகளில் போய் அடக்க ஒடுக்கமாக அமர்ந்து கொள்வார்கள். எந்த விதமான சப்தமும் எழுப்பாமல் கைகளை மடிமேல் கோர்த்து வைத்துக் கொண்டு கண்மூடி இருக்கும் அவர்களை தாக்குவது எளிதானது. ஆனால் தாசன் அந்த முயற்சியில் ஒரு போதும் இறங்கவில்லை. அதிலும் அவர்கள் கைகளில் தடிகள் ஏதும் இல்லாமல்தான் ஒவ்வொரு முறையும் வந்ததால் அவர்களின் வருகை குறித்து தாசனால் எந்த முடிவுக்கும் வர முடியவில்லை. தாசனின் பிரச்சினை கூட அகிலனுக்கு அவர்களால் ஏற்படவில்லை. தோட்டத்தில் இருந்து வந்த பிறகு அவர்கள் ஒரு நாளும் அகிலனின் கண்களில் தென்பட்டதேயில்லை. அவர்களின் காவியணிந்த திருவுருவங்கள் அந்த அறையில் பொருத்தப்பட்டிருந்த அதி நவீன காமெராக்களிலும் பதிவாகவில்லை. இதைப்பற்றி கிழமையில் நான்கு நாட்கள் தங்கள் முன் தோன்றும் மெடல்களை

ஒரு போதும் மறக்காத அதிகாரியிடன் சொல்ல வேண்டும் என்று தாசன் பலமுறை நினைத்துக் கொண்டாலும் அகிலனை வைத்துக் கொண்டு அதைப் பேசுவதை அவன் விரும்பவில்லை. இறுதியில் ஒரு நாள் அந்த அறையை விட்டு இவர்களை வேறோர் அறைக்கு மாற்றிய போதும் தனித்து விடப்பட்ட அந்த நான்கு சிறுவர் பிக்குகளும் அந்தப் பழைய அறையில்தான் தொடர்ந்து தியானம் செய்தார்கள். இனிமேலும் தங்களைத் தொடர்ந்து அவர்கள் வருவார்களாக இருந்தால் தற்கொலை செய்து கொள்வதைத் தவிரவும் வேறு வழியில்லை என்ற முடிவுக்கு தாசன் வந்திருந்தான்.

யாரோ யாருடனோ மடி-கணனியில் பேசுகிறார்கள். விடுதலை செய்யப்படுவதற்கான ஏற்பாடுகள் நடந்து கொண்டிருப்பதாகக் கூறுகிறார்கள். யார் விடுதலை வாங்கித் தருகிறார்கள்? இவர்களை விடுதலை செய்ய யாரிடம் விசாரணை நடத்துகிறார்? இவர்கள் விடுதலையின் விலைதான் என்ன? எந்தக் கேள்விக்கும் பதில் இல்லாமல் முற்றிலும் இவர்கள் மனதால் சிதைந்து கொண்டிருந்த போதும் கணனிகளின் முன்னே போகாமல் இருக்க முடியவில்லை. முகத்தை சமாளமாக வைத்துக் கொண்டிருக்கு மாறும், தேநீர் அருந்தும் போதாவது சிரிக்குமாறும் அறிவுறுத்தப்பட்டார்கள். கண்ணாடி அறைக்குள் போகும் முன் இவர்களின் ஆடைகளின் நேர்த்தி குறித்தும் முகச்சவரம் குறித்தும் சில நிமிடங்கள் அதிகாரிகளிடையே பேசப்பட்டது.

பச்சை வண்ண ஓட்டோ செட்டித் தெருவில் நுழைந்ததும் வேகத்தைக் குறைத்துக் கொண்டது. அங்கு வாகனங்களின் வருகையை விட, நடந்து போய் வருவோர்தான் பாதையில் நெருக்குவாரத்தை ஏற்படுத்தினார்கள். நகைக் கடைகளின் குளிரூட்டப்பட்ட காற்று ஓட்டோவுக்கு உள்ளே வந்ததும்தான் அகிலன் தலையை நிமிர்த்தி வெளியே பார்த்தான். சனங்களின் நடமாட்டத்தைப் பார்த்து தாசன் தலையைக் கொஞ்சம் உள்ளே இழுத்துக் கொண்டாலும் முகத்தில் இருந்த குளிர் கண்ணாடி அப்படியேதான் இருந்தது. ஓட்டோ அந்த நெரிசலில் இன்னும் முன்னே போக அசைந்து கொண்டிருக்கும் போதே அவசரமாக இறங்கிய மெண்டிஸ் இவர்களையும் வெளியே இழுத்து இறக்கினான்.

ஓட்டோ அங்கிருந்து முன்னே போகவும் இவர்களின் கைகளைப் பற்றிக் கொண்ட ஒரு பெரும் உடல் இருளுக்குள் இழுத்துக் கொண்டு போனது. இவர்கள் இருவரையும் விட உயரமாகவும் நல்ல வெள்ளையாகவும் இருந்த அந்த மனிதனை “உஸ்மான்”

என்று அழைத்தார் மெண்டிஸ். ஓர் அசல் சோனகருக்குரிய எந்த அடையாளமும் உஸ்மானிடம் இல்லை. தினமும் இரண்டு முறை முகச்சவரம் செய்தது போல வழுவழுப்பான சொக்கு முகம். தலையில் எந்தத் தொப்பியும் இல்லை. மொழியிலும் அவனைக் கண்டுபிடிக்க முடியாது என்பதை மெண்டிஸ் முன் இவர்களிடம் பேசிய தமிழின் உச்சரிப்பு உறுதி செய்தது. உஸ்மானை "இவரும் சி. ஐ. டி தான்" என்று மெண்டிஸ் சொன்ன போது அவன் முகம் இன்னும் கொஞ்சம் மலர்ந்து விரிந்தது.

21

இரவுக்குள் நுழைந்து கொண்டிருந்த போதும் செட்டித் தெருவில் நகை வியாபாரம் சத்தம் இல்லாமல் நடந்து கொண்டிருந்தது. தெருவில் வந்து போகும் ஒரு சில வாகனங்களைத் தெருவின் தொடக்கத்திலேயே தடுத்து நிறுத்தி விட்டால் இலங்கையின் பெருமை மிகு வீதியாக அதை மாற்றிவிடலாம். சண்முகநாதனின் வாடகை அறையில் குடியேறி இருக்கும் தாசனும் அகிலனும் கூடத் தங்கம் போலத்தான் பாதுகாக்கப்பட்டார்கள். மூன்று வேளையும் உணவுகள் அறைக்கே வந்து கொண்டிருந்தன. ஒவ்வொரு முறை உணவைக் கொண்டு வரும் போதும் "வெளியே நீங்கள் போய் வருவது பாதுகாப்பில்லை" என்று இவர்கள் கேட்காமலே உஸ்மான் சொல்லிச் சென்றான். அடிக்கடி கதவைத் தட்டி சிரித்த முகத்துடன் "எதாவது வேணுமோ?" என்றபடியே உள்ளே எட்டிப் பார்த்துத் தன்னுடைய கடமையையும் அவன் நிறைவேற்றிக் கொள்வான்.

அந்த அறையில் நவீன குளிர்சாதன வசதி இருந்தாலும் அகிலன் அடிக்கடி அதை நிறுத்தி விடுவான். அதையும் ஒரு புதிய நோய் போலத்தான் அவன் தொடர்ந்து செய்தான். அந்த அறையில் உயிர் வாழ்வதற்கு அது ஒரு தவிர்க்க முடியாத அத்தியவசியமான கருவி என்று தாசன் கருதினாலும் அதில் கை வைப்பதில்லை. அதை மறுபடியும் இயக்கி விடுவது உஸ்மானாகத்தான் இருக்கும். அதை இயக்குவதும் தன்னுடைய கடமை என்பது போல உள்ளே வந்து இயக்கி விட்டு கொஞ்ச நேரம் அதற்கு அருகிலேயே நின்றுதான் போவான். அவன் முதல் நாளில் அறிமுகமானபோது இருந்த அதே பணிவுடன், அனுமதி கேட்டு செய்யும் செயல்

ஒன்றுதான். அது தொழுகை. அவன் தரைக்குத் தலையைத் தாழ்த்தி இறையை வணங்கும் போது கட்டிலில் இருக்கும் இவர்கள் தங்கள் கால்களை மேலே எடுத்துக் கொள்வார்கள். தொழும்போது உஸ்மானிடம் இருந்து எந்த ஒலியும் எழும்புவதில்லை. ஆனால், அவன் அதே மவுனத்துடன் கைகளைத் தேய்த்து முகத்தை வருடிக் கொண்டு அறையை விட்டு வெளியேறிய பிறகும் சில நிமிடங்களாவது அந்த அறையில் ஒரு நிசப்தம் நிலவும். அதை தாசன் சில தடவைகள் அகிலனுக்குச் சொல்லியும் இருக்கிறான். அவனும் அதை முழுமையாக ஏற்பதற்கு அடையாளமாகத் தலையைக் கொஞ்சம் வேகமாகவே அசைப்பான்.

2018 கண்டி கலவரத்திற்குப் பிறகு உஸ்மான் கொழும்பில் இருக்கும் எந்தப் பள்ளிவாசலுக்கும் தொழுகைக்குப் போவதில்லை. வெள்ளிக் கிழமை மட்டும் போகும் பழக்கத்தைக் கூட கடந்த ஆறு மாதங்களாக முற்றிலும் கை விட்டிருந்தான். கொழும்பில் இருந்த அவனது நண்பர்கள் பலரும் அவசர அவசரமாகத் தங்கள் தாடிகளைத் தியாகம் செய்ததைத் தொடர்ந்துதான் அவனும் அந்த முடிவை எடுக்க வேண்டி இருந்தது. அவனை முதன் முதலில் கிளீன் சேவ் செய்யப்பட்ட முகத்துடன் பார்த்த போது மெண்டிஸ் சிரித்தது கூட அவனுக்கு இப்போதும் ஞாபகத்தில் இருந்தது. மெண்டிஸ் சிரித்ததை அவன் மெண்டிஸ் மட்டுமே சிரித்ததாக எடுத்துக் கொள்ளவில்லை. இலங்கை அரச ஊழியராக இருக்க மீசை மட்டும் இல்லை, தாடியையும் தியாகம் செய்ய ஒரு பெரிய கூட்டமே இருந்தது. அவர்களில் சிங்களவர், தமிழர், சோனகர் என்று எந்த வித்தியாசமும் இல்லை. பென்சன் வாங்கி சாகாவிட்டால் பிணமும் வேகாது என்று யாழ்ப்பாணப் பக்கம் சொலவடையே உண்டு.

கண்டியின் தெல்தெனிய பகுதியில் நிறைபோதையில் வந்த சோனக இளைஞர்கள் நான்கு பேர் ஒரு சிங்கள லொறி ஓட்டுனரைத் தாக்கியதில் தான் எல்லாம் தொடங்கியது என்று சொல்ல முடியாது என்றாலும், அது ஒரு பெரிய தொடக்கம் என்று சொல்ல முடியும். அந்த சிங்கள இளைஞன் பதிநான்கு நாட்கள் உயிருடன் இருக்கும் போதே கலவர ஏற்பாடுகள் தயாராகி விட்டன. செங்காவி பிக்குகளின் ஆசியுடன் ஆரம்ப ஏற்பாடுகளை அந்தப் பகுதியின் காவல்துறையினரே செய்து கொடுத்தார்கள். அந்த இளைஞன் இறந்து போகவும், பிக்குகளின் ஆசையை நிறைவேற்றிக் கொடுக்க உதவிக்கு இராணுவமும்

வந்து சேர்ந்து விட்டது. இராணுவமும் கலவரக்காரர்களும் ஒன்றாகவே தங்களின் இரவு உணவை எடுத்துக் கொண்டார்கள். அவர்களின் கைகளில் பிக்குமார் ஆசீர்வத்தித்துக் கட்டிய புதிய தூய வெள்ளை நூல்கள் இருந்தன. சிங்கள இளைஞரின் பூத உடல் ஊர்வலம் குறிப்பிட்ட வீதிகள் வழியாக வர இருப்பதால் அந்தப்பகுதியில் இருந்த வியாபார நிறுவனங்களையும் கடைகளையும் மூடுமாறு இராணுவம் அறிவுறுத்தியது. இது கொழும்பில் இருந்து வந்த அறிவித்தல் என்பதால் அனைவரும் அதை ஏற்றுக் கொண்டு இராணுவத்தின் பாதுகாப்பில் விட்டுச் சென்றனர். திட்டமிட்டபடியே சரியான நேரத்தில் இராணுவம் பின்வாங்கியதும் கலவரக்காரர்கள் வந்து பெவுத்த பேரினவாத்தீயை வைத்தார்கள். ஒரு சில ராணுவத்தினர் கண்ணுக்கு முன் கலவரக்காரர்களைக் கண்டதும் கடமையை நிறைவேற்ற சோனகர்களின் வானத்துக்கு வெடி வைக்கவும் செய்தார்கள். அவர்களின் எச்சரிக்கையை சரியாகப் புரிந்து கொண்ட கலவரக்காரர்கள் கலைந்து சென்று அடுத்த வீதியில் இருந்த கடைகளுக்குத் தீ வைத்துத் தங்கள் கடமை தவறாமையை நிரூபித்தார்கள்.

பல்லேகல்லவில் உள்ள மசூதிகளுக்குத் தீ வைப்பது லாஃபிர் ஜூம்மா மசூதிக்குத் தீ வைப்பதில்தான் தொடங்கி வைக்கப்பட்டது. அங்கு குழுமியிருந்த இரண்டு தரப்பினருக்கு இடையில் மசூதிக்குத் தீ வைப்பதா அல்லது அடித்து உடைப்பதா என்பதில் பலத்த போட்டி ஏற்பட்டதை அடுத்து செங்காவி அணிந்த பிக்கு ஒருவரின் மத்தியஸ்தத்துடன் அடித்து உடைப்பவர்களுக்கு முன்னுரிமை அளிக்கப்பட்டது. அடித்து உடைப்பவர்கள் களைப்படைந்த பிறகு தீ வைப்பவர்கள் தங்கள் பணியைத் திருப்திகரமாக செய்து முடித்தார்கள். அந்த செங்காவி அணிந்த பிக்கு மசூதி கருகும் வரை காத்திருந்து பார்த்து விட்டுக் கலவரக்காரர்களைப் பத்திரமாக அழைத்துச் சென்றார். அவர்களைக் கடந்து வந்து காவல் பணியைத் தொடர்ந்த இராணுவத்தினரும் அந்த செங்காவி பிக்குவுக்குத் தலை வணங்க மறந்து விடவில்லை. அப்பகுதியில் மட்டும் மொத்தமாக இருபத்தி நான்கு பள்ளிவாசல்கள் இருந்ததால் இராணுவதினருக்கு ஆசி வழங்குவதற்கு எந்த செங்காவி பிக்குமாருக்கும் அந்தநேரம் வாய்ப்பு இருக்கவில்லை.

கடைகள் மசூதிகள் பெரிய குடியிருப்புகள் என்றே மூத்த செங்காவி பிக்குகளின் திட்ட வரைவு இருந்ததால் கடைசியாகத்தான் சோனகர்களின் சிறிய வீடுகளை நோக்கி வன்முறையாளர்களைக் காவி அணிந்த பிக்குகள் வழி நடத்தினார்கள். மொத்தமாக நானூறுக்கும் மேலான சிறிய வீடுகளை உருத்தெரியாமல் அழிக்க வேண்டி இருந்ததால் உடைப்போருக்கும் எரிப்போருக்கும் அங்கு தாராளமாகவே பணிகள் கிடைத்தன. ஒருவருக்கு மற்றவர் நல்ல ஒத்துழைப்புக் கொடுத்தார்கள் என்றுதான் சொல்ல வேண்டும். செங்காவி பிக்குமார் தொடர்ந்து கட்டளை பிறப்பிக்க வேண்டிய தேவையும் கூட அங்கு இருக்கவில்லை. தேர்ந்த வன்முறையாளர்களாக மிளிர்ந்த கலவரக்காரர்கள், எப்படி சிறிய செருப்புக் கடை, சிறிய துணிக்கடை என்று எதுவும் தவறிவிடாமல் அடித்து நொறுக்கித் தீ வைத்தார்களோ அதையும்விட துல்லியமாக சிறிய வீடுகளைக் கொளுத்துவதில் இயங்கினார்கள். உடல் ஊனமுற்றவர்களின் பச்சை வண்ண முச்சக்கர வாகனங்களைக் கூட அவர்கள் காருண்யத்துடன் கொளுத்திவிடத் தவறவில்லை. பிக்குகளின் ஆசிகள் எதுவும் துளி அளவு கூட கடைசிவரை வீண்போகவில்லை என்றுதான் சொல்ல வேண்டும். பல்லேகல்லவின் தீச்சாம்பலில் இருந்து எழும்பிய கரும்புக்கைகள் நீல மேகத்தில் உறைந்து ஶ்ரீ தலதா மாளிகையைக் கடந்து போன போது இன்னும் மக்காமல் தங்கத்தாலான பேழையில் பத்திரமாக இருக்கும் புத்தரின் புனித ஒற்றைப் பல் இளித்துக் கொண்டது.

எரிந்ததெல்லாம் அணைந்த பிறகும் பல்லேகல்லவில் நுழைய அரசின் ஆணையை எதிர்பார்த்தே சோனக அரசியல்வாதிகள் காத்துக் கிடந்தார்கள். அதிலும் முந்திக் கொண்டது கிழக்கு மாகாண அரசியல்வாதியான அப்துல் ஹசிமின்தான். காலங்காலமாகக் கிழக்கு - தெற்கு சோனக அரசியல்வாதிகளின் அரசியல் போட்டி தொடர்ந்து கொண்டுதான் இருந்தது. இலங்கை அரசு என்ன சொன்னாலும் ஆதரவாக நிற்பதில் இருக்கும் ஒற்றுமையை அவர்கள் தங்களுக்குள் ஒரு நாளும் கண்டதில்லை. ஹாசிமின் தொடர் முயற்சிகளுக்கு முதலில் அனுமதி கிடைத்ததிலும் இலங்கை அரசின் அரசியல் இருக்கக் கூடும் என்பது பற்றி எல்லாம் ஹாசிமின் ஒரு நாளும் யோசிக்கப் போவதில்லை.

ஒரு சில அத்தியாவசியப் பொருட்களை அடித்துப் பிடித்து சுமந்து கொண்டு ஹாசிமின் போனபோது அவரின் பாதுகாப்புக்குக் கூட அனுப்பப்பட்ட ஒரேயொரு சோனக அதிகாரி உஸ்மான்தான். ஹாசிமின் அழைக்கும் போதெல்லாம் உஸ்மான் அவர் வீட்டுக்குப் போவதுண்டு. அவனின் அரச உத்தியோகத்தர் பணியின் முன்னேற்றத்தில் ஹாசிமின் பங்கும் இருந்தது. பல்லேகல்லவின் சிக்கலான சூழலைக் கருத்தில் கொண்டு உஸ்மானைக் கூட்டிக்கொண்டு போவதில் அவனது மேலதிகாரிகள் எந்தத் தடையும் விதிக்கவில்லை. அதற்கு விரைவில் ஹாசிமின் மந்திரியாகப் போவதாக உலவிக் கொண்டிருந்த கதையும் ஒரு முக்கியமான காரணமாகும். அவர் ஒரு மந்திரியாக பல்லேகல்ல பிரச்சினையை பெரிய ஒரு மூலதனமாக்குவார் எனபதில் சக சோனக அரசியல்வாதிகள் யாருக்கும் சந்தேகம் இருக்கவில்லை.

இலங்கை அரசு கண்டி கலவரத்தை ஒரு சிலரின் தலையில் கட்டுவதில் தான் குறியாக இருந்தது. இராணுவத்தின் பெயர் எந்தக் காரணம் கொண்டும் இதில் வந்து விடக் கூடாது என்பதில் கூடுதல் கவனத்துடன் இருந்தார்கள். இராணுவத் தளபதிகளின் வாய்ப் பூட்டு அவிழ்க்கப்பட்டது. சோனகர் - சிங்கள இரணுவப் பிரச்சினை கையை மீறிப் போவதை அறிந்து கொண்டு பேசுங்கள் என்று இராணுவ அதிகாரிகளுக்கு அறிக்கைகள் போயின. சிலர் உண்மையாகவும் பேசினார்கள். சிலர் இராணுவத்துக்கோ பிக்குகளுக்கோ நொந்து விடாமல் பேசினார்கள். இலங்கை பாதுகாப்புப் படையின் பிரதான அட்மிரல் ரவீந்திர விஜேகுணவர்த்தன கண்டிக் கலவரத்திற்குக் கவலை தெரிவித்து உணர்வு பூர்வமாகப் பேசினார். “யுத்த காலத்தில் முன்னெடுக்கப்பட்ட அரசின் புலனாய்வு நடவடிக்கைகளின் பின்னணியில் முஸ்லிம் சமூகமே முற்றுமுழுதாக செயற்பட்டது. எம்முடன் இணைந்து புலிகளுக்கும் தமிழீழக் கோரிக்கைக்கும் எதிராக அவர்கள் பயணித்தனர். புலிகளின் பிரதேசங்களுக்குச் சென்று மொழிப்புலமை பெற்று, அவர்களது உயிர்களைத் தியாகம் செய்து எமக்குத் தேவையான தகவல்களை வழங்கி எம்மைக் காத்தார்கள்.” அட்மிரலின் இந்த உரையை யார் மறந்தாலும் உஸ்மானால் மறந்து விட முடியாது. இந்த உரையைக் கேட்டுக் கொண்டுதான் உஸ்மான் நீண்ட நாட்கள் ஆசையாகப் பார்த்துப் பார்த்து வளர்த்த தாடியையும் மீசையையும் வழித்தெடுத்தான். அன்றைக்கு அவன் முகம் எரிந்த எரிச்சலை அதற்கு முன் ஒரு போதும் வாழ்க்கையில் அனுபவித்ததில்லை.

பல்லேகல்லவின் முதல் பொதுமக்கள் சந்திப்பு எரிந்து கிடந்த அல் ஹசீனா மசூதியின் பின்புறம் இருந்த சனசமூக நிலையத்தில்தான் ஒழுங்கு செய்யப் பட்டிருந்தது. கொழும்பில் இருந்து அணிந்து கொண்டுபோன ஆடைகளில் இருந்து முற்றிலும் தன்னை மாற்றிக் கொண்டு வெள்ளைச் சாரத்தையும் கொஞ்சம் கண்ணாடியான வெள்ளிச் சட்டையையும்தான் ஹாசிமின் அணிந்து கொண்டு சந்திப்பிற்குப் போனார். உஸ்மானின் நீலப் பேனா அவரின் வெள்ளைச் சட்டைப் பாக்கெட்டில் குத்தப்பட்டிருந்தது. ஹாசிமின் பாதுகாப்புக்கு சென்ற இராணுவதினர் சனசமூக நிலையத்தின் உள்ளே அனுமதிக்கப்படவில்லை. உஸ்மான் அவசரமாகத் தொப்பியைப் போட்டுகொண்ட போதும் ஹாசிமின் "நம்ம ஆள்தான்" என்ற வாக்குறுதிக்குப் பிறகே அவர் கூட உள்ளே நுழைய முடிந்தது. கூட்டம் மிகவும் கொந்தளிப்பான சூழலில் தான் நடந்து முடிந்தது. யார் பேசினாலும் காது கொடுத்துக் கேட்ட ஹாசிமின் அவ்வப்போது உஸ்மானையும் பார்த்து தலையசைத்துக் கொண்டார். "இந்த அரசாங்கத்திட்ட நக்கிற உங்களை எல்லாம் நம்புறத்துக்கு நாங்க தயாரா இல்லை சேர்" என்று ஓர் இளைஞன் சொல்லி முடித்த போது கை தட்டல் பறந்தது. உஸ்மானுக்கும் கை தட்ட வேண்டும் போலதான் இருந்தாலும் அவன் ஹசிமினுக்கு பின் கைகளைக் கட்டிக் கொண்டு நின்று கொண்டிருந்தான். கடைசியில் பேச எழுந்த ஹசிமின் "நான் அல்லாவின் அமைதி மார்க்கத்தைப் பின் பற்றுகிறவன்தான் என்றாலும் உங்களுக்காக ஆயுதம் ஏந்தவும் தயங்க மாட்டேன்" என்றார். ஓர் ஆழ்ந்த அமைதிக்குப் பிறகு கைதட்டல் வானைப் பிளந்தது. உஸ்மான் தன்னைக் கட்டுப்படுத்திக் கொள்ள வழி தெரியாமல் தலையைத் திருப்பி சன்னலுக்கு வெளியே தெரிந்த மசூதியின் கருகிய பிறை வடிவையே உற்றுப் பார்த்துக்கொண்டிருந்தான்.

ஹாசிமின் உள்ளக வீர முழக்கம் அடுத்த நாளே வெளியே தெரிந்து போனதும் சோனக அரசியல்வாதிகள் அனைவரும் ஆளுக்கு ஒரு வீர முழக்க அறைக்கையை விட்டார்கள். ரிஸாட் சிறாயுதீன் என்ற அரசியல்வாதி "சோனகர்களை ஆயுதமேந்திப் போராட வேண்டிய சூழலை ஏற்படுத்த வேண்டாம்" என்று அறிக்கை விட்டார். இன்னோர் அரசியல்வாதியான முகம்மது ஹிஸ்புல்லா "சோனகர்களுக்கு இலங்கை அரசாங்கம் ஆயுதம் வழங்க வேண்டும்" என்று சனநாயக ரீதியாகக் கோரிக்கை வைத்தார். அரசாங்கத்திடமே சனநாயக வழியில் ஆயுதம் கோரிய ஹிஸ்புல்லாவின் மதி நுட்பத்தை மெச்சி அவரின் வீட்டின்

முன்னே சிலர் வெடி கொளுத்தவும் தவறவில்லை. ஒவ்வொரு அறிக்கையையும் தவறவிடாமல் வாசித்த உஸ்மான் பணிக்குப் போகும் வழியில் அந்த நாளிதழ்களைக் குப்பைத் தொட்டியில் போட மறக்கவில்லை. அவன் நாளிதழை வீசும் குப்பைத் தொட்டியில் இருந்து அதிர்ந்து வெளிப்படும் வெள்ளைப் புறா தாவிப்பறந்து வானத்தில் மறைந்து போகும்.

22

செட்டித் தெருவின் அனைத்து கடைகளும் அடைக்கப்பட்டு விலை மதிப்புக் கூடிய தங்க நகைகள் நவீன லாக்கர்களில் பதுங்கிக் கொண்ட பிறகுதான் இவர்களின் அறைக் கதவு தட்டப்பட்டது. அப்போது நேரம் நள்ளிரவு பன்னிரண்டு மணியை எட்டி இருந்த போதும் உஸ்மானின் முகத்தில் எந்தத் தூக்கக் கலக்கமும் இருக்கவில்லை. அகிலனைத் தட்டி எழுப்பத்தான் தாசன் கொஞ்சம் போராட வேண்டி இருந்தது. “பேப் பு...” என்று கத்தி விட்டுதான் தான் அறையில் இருப்பதை அகிலன் உணர்ந்து கொண்டான். இது முதல் முறையில்லை என்பதால் தாசன் அந்த நேரத்திலும் அதிர்ச்சி அடையவில்லை. வாசலில் நின்ற உஸ்மான்தான் இருவரின் முகத்தையும் மாற்றி மாற்றிப் பேசி விட்டுப் பக்கத்து அறைக்குப் போய் மெண்டிஸ் உடன் கட்டிலில் குந்தினான். நவீன கணினி ஒன்றில் முகம் மறைக்கப்பட்ட ஒருவருடன் ஸ்கைப் வழியாக உரையாடிக் கொண்டிருந்தார் மெண்டிஸ். உரையாடலின் இடையிடையே இவர்களின் வருகையை எதிர்பார்ப்பது தெரிந்ததும் உஸ்மான் மறுபடியும் போய் இவர்களின் வாசலில் நின்று கொண்டான்.

“என்னை பாலன் என்றே அழைக்கலாம் தம்பி” என்று பேசத் தொடங்கியவரின் குரலில் இளமையும் துடிப்பும் இருந்தது. முன் பின் தெரியாத ஒருவருடன் உரையாடுவதில் இருக்கக் கூடிய பிரச்சினைகள் எல்லாவற்றையும் இவர்கள் அறிந்திருந்தாலும் மெண்டிஸ் இவர்களைப் பேசுமாறு மென்வலுவாகக் கட்டாயப்படுத்திக் கொண்டே இருந்தார். இதற்கிடையில் ஸ்கைப் இணைப்பு இரண்டு முறை துண்டிக்கப்பட்டு

மீள் இணைப்புப் பெற்றிருந்தது. முகம் தெரியாத நபரை எப்படி அழைப்பது என்பதைப் பற்றி தாசன் யோசனை செய்து கொண்டிருக்கும் போதே “அண்ண சொல்லுங்கோ” என்று அகிலன் பேச்சை ஆரம்பித்து வைத்திருந்தான்.

“பாதிக் காசு அனுப்பியாச்சு தம்பி. இனிமேல்தான் நீங்கள் கவனமாக இருக்கோணும். அதுக்காகப் பயப்பிடக் கூடாது. இதெல்லாம் உங்களுக்கு சொல்லித் தெரியவேண்டியதில்லைதானே” என்று குரல் கொஞ்சம் இழுத்துக் கொண்டு போனது இணையத்தின் கோளாறாகவும் இருக்கலாம். தாசன் “ஓம் சரியண்ண” என்று பதில் சொல்லத் தொடங்கிய பிறகு அகிலன் வாயைத் திறக்கவே இல்லை. அது மெண்டிஸுக்குப் பிடித்திருக்க வேண்டும். அவனைப் பார்த்து ஒரு முறை தலையை ஆட்டி விட்டு உஸ்மானைத் திரும்பிப் பார்த்தார். பாலனின் பேச்சில் இருந்து ஒரு பெருந்தொகை கைமாறி இருப்பதை இருவராலும் விளங்கிக் கொள்ள முடிந்தாலும். எதையும் முழுமையாக விளங்கிக் கொள்ளக் கூடியதாக இருக்கவில்லை. ஸ்கைப் பேச்சின் இணைப்புத் துண்டிக்கப் பட்ட பிறகு மெண்டிஸ் இவர்கள் இருவருடனும் நோர்வே தூதுக்குழு போல கை குலுக்கிப் பக்கத்து அறைக்கு அனுப்பி வைத்தது முற்றிலும் புதிதாகத்தான் இருந்தது.

அடுத்தடுத்த உரையாடல்களில் அகிலனும் ஆர்வத்துடன் கலந்து கொண்டான். பாலன் இவர்களுடன் அவுஸ்திரேலியாவின் பறவைகள் மிருகங்கள் மலர்கள் கால நிலைகள் கடல்கள் என்று எதையும் விட்டு வைக்காமல் பேசிக் கொண்டிருந்தார். எஸ். பொ பற்றியும் ஒரு தடவை பேசிய பிறகு இவர்களின் ஆர்வமின்மையைப் புரிந்து கொண்டு தமிழ் சினிமாவைக் குறித்து பேச்சுக் கொடுத்தார். அதையும் அவர் எழுத்தாளர் பாலகுமாரனில் இருந்து தான் ஆரம்பித்தார். தமிழ் சினிமா நடிகர்களின் படங்களைப் பற்றி ஓரளவு தெரிந்திருந்தாலும் பாலனின் கதைகள் அவரின் தனி உலகத்தை ஒட்டியே போய்க் கொண்டிருந்தன. ஜெமினி கணேசன் - சாவித்திரி, பாலுமகேந்திரா - சோபா, பிரதாப் போத்தன் - ராதிகா, கார்த்திக் - ராகினி. இப்படியெல்லாம் கோர்வையாக ஒரு ஈழத் தமிழர் சொல்வதே இவர்களுக்கு மிகவும் புதியதாக இருந்தன. இந்தப் பேச்சுகள் மிகுந்த சுவாரசியமாகப் போய்க் கொண்டிருந்த போதெல்லாம் மெண்டிஸ் கட்டிலில் சாய்ந்து கண்களை மூடிக்கிடப்பார். அவர் நித்திரை கொள்கிறாரா என்று இவர்கள் சோதனை செய்து

பார்த்ததில்லை என்றாலும் இணைப்பு துண்டிக்கப்பட்டதும் கை குலுக்கி, அறைக்கு வெளியே அனுப்பி கதவை மூடிக்கொள்ளத் தவறுவதில்லை. இவர்கள் பக்கதில் இருக்கும் தங்கள் அறைக்குத் திரும்பும் ஒவ்வொரு முறையும் அறையை யாரோ கலைத்துப் போட்டு அடுக்கி இருப்பார்கள். இது குறித்து இவர்கள் அறையில் இருந்து வெளியேறிப் போகும் உஸ்மானை ஒரு வார்த்தை கேட்டதில்லை. அவன் போன பிறகு அகிலன் கெட்ட வார்த்தைகளைத் தாசனின் முகத்துக்கு நேரே கத்தித் தீர்ப்பான்.

எவ்வளவு யோசனை செய்து பார்த்தாலும் பாலனின் உலகத்துக்குள் இவர்களால் நுழைய முடியாமல்தான் இருந்தது. பேச்சின் எந்த ஒரு கட்டத்திலும் அவர் தன் தனிப்பட்ட எந்தக் கதையையும் ஒரு போதும் சொன்னதில்லை. இன்னும் குறிப்பாகப் போராட்டம் தொடர்பாக ஒரு சொல் கூட அவரிடம் இருந்து வெளிப்பட்டதில்லை. அகிலன் தொடர்ந்து அந்த ஸ்கைப் பாலன் குறித்து சந்தேகம் கொண்டிருந்தாலும் அதை தாசனிடம் மிக மெல்லிய குரலில் அறையில் மின் விளக்குகள் அணைக்கப்பட்ட பிறகு ஒரு முறை சொன்னான். சில முறை பாலன் கொழும்பில் இருக்கலாம் என்றும் தடாலடியாக அகிலன் சொல்லியிருக்கிறான். ஒட்டுக் கேட்பதானால் இதையும் மெண்டிஸ் கேட்டுக் கொள்வார் என்று தெரிந்தாலும் அகிலனின் இரகசிய உரையாடலை இரகசியமாகவே பாதுகாத்துக் கொண்டான் தாசன்.

தாசனும் எப்போதாவது பாலனைக் கேள்விகள் கேட்க நினைத்துக் கொண்டாலும் அவர்களை விட்டு விலகாமல் இருக்கும் மெண்டிஸ் ஞாபகத்தில் இருந்து கொண்டே இருப்பார். அதையும் தாண்டி எதையாவது சுற்றி வளைத்துப் பேச முயலும் போதெல்லாம் இவர்களை முன்னமே கணித்தது போல புதிய செய்தி ஒன்றுக்குக் கடத்திக் கொண்டு போய் விடுவார் பாலன். ஒரு முறை தத்துவெட்டியைப் பற்றி நீண்ட நேரம் பேச ஆரம்பித்த போது மெண்டிஸே சில தடவைகள் அறை வாசலுக்குப் போய் சிகரெட் பிடித்து விட்டு வந்திருந்தார். எப்படி அந்தப் பேச்சைக் கடத்தி விடுவது என்று தாசன் குழம்பிக் கொண்டிருந்தபோது, "கம்போடியாவில் அது உணவு தெரியுமா" என்று ஆரம்பித்து "நீங்கள் கொஞ்ச நாட்கள் கம்போடியாவில் நின்றாக வேண்டிய கட்டாயம் இருக்கும். ஏற்பாடுகள் எல்லாம் தயாராக இருப்பதால நீங்கள் ஒன்றும் அலட்டிக் கொள்ள வேண்டியதில்லை" என்று பேச்சோடு பேச்சாக அடித்து விட்டதும் முதுகைக் கூனிக்

கொண்டு இருந்த அகிலன் கைகளைக் கட்டிலில் பலமாக ஊன்றிக் கொண்டு நிமிர்ந்து உட்கார்ந்தான். “பிக்குகள் எல்லாம் அங்க போலத்தான் திரிவார்கள்” என்று பேச்சை மறுபடியும் இலங்கைக்குக் கொண்டு வந்து பொலனறுவயின் கிராமம் ஒன்றில் முடித்தார் பாலன். அந்த நிமிடம் அகிலனும் தாசனும் மட்டும் இல்லை, மெண்டிஸூம் ஆர்வத்துடன் நிமிர்ந்திருந்து கேட்டுக் கொண்டிருந்தார்.

அன்றைய பேச்சை முடித்துக் கொண்டதும் மிகுந்த ஆர்வத்துடன் கை குலுக்கி அனுப்பி வைத்தார் மெண்டிஸ். அது பாலனின் பேச்சு ஆற்றலுக்காகவா அல்லது பணப்போக்குவரத்து விவகாரங்களில் ஏற்பட்ட முன்னேற்றம் காரணமாகவா என்பதை இவர்களால் கண்டறிய முடியவில்லை. வழக்கம் போலவே இவர்களின் அறையில் இருந்து வெளிவந்த உஸ்மானின் கைகளில் இரண்டு பெரிய கருப்பு முதுகுப்பைகள் இருந்தன. அந்தப் பைகளை அதற்கு முன் பார்த்த ஞாபகம் ஏதும் இவர்களுக்கு இருக்கவில்லை. அது இவர்களின் அறையில் இருந்து எடுத்துக் கொண்டு போனதுதான் இவர்களை கொஞ்சம் யோசிக்க வைத்திருந்தது. ஒரு வேளை இவ்வளவு நாட்களும் அந்த கருப்பு முதுகுப்பைகள் இவர்களின் அறையிலேயே கூட இருந்திருக்கலாம். உஸ்மானின் நெஞ்சு சட்டையை அள்ளிப் பிடித்துக் கேட்க வேண்டும் போல அகிலனுக்கு இருந்தது உண்மை தான் என்றாலும், அப்படிக் கேட்க முடியாது என்ற தெளிவான மனநிலை அவனுக்கு இருந்தது. அதை உஸ்மானிடம் கேட்பதாக இருந்தாலும் மெண்டிஸ் வழியாகவே கேட்க முடியும். இது மெண்டிஸூக்கு தெரியாமல் நடக்கிறது என்பதை எப்படி உறுதிப்படுத்துவது? அன்றைய இரவும், விளக்குகள் அணைக்கப் பட்ட பிறகு அகிலன் ஏதேதோ முணுமுணுத்துக் கொண்டுதான் இருந்தான். யார் மேலோ இருந்த வெறுப்பில் கொஞ்சமும் அசைந்து கொடுக்காமல் பிணம் போலக் கவிழ்ந்து படுத்து விட்டான் தாசன்.

23

செட்டித்தெரு விழித்துக் கொண்டு அதன் கடைகளின் குளிரூட்டிகள் வேகம் பெற்ற பிறகும் உஸ்மானைக் காணக்கிடைக்கவில்லை. காலை உணவைக் கூட மெண்டிஸ்தான் கொண்டு வந்து கொடுத்து விட்டுப் போனார். இப்போதெல்லாம் மெண்டிஸின் முகத்தில் சினேக பாவம் கொஞ்சம் அதிகமாகவே வெளித் தெரிய ஆரம்பித்திருந்தது. “வெளியே போக விரும்பினால் போய் வருவோம்” என்றும் அவராகவே சொல்லி விட்டுப் போயிருந்தார். அதில் முற்றிலும் ஆர்வம் இல்லாதவர்கள் போல காட்டிக் கொண்ட இருவருக்கும், மெண்டிஸே ஒரு உறுதியான முடிவெடுக்கட்டும் என்ற எண்ணம்தான் மேலோங்கி இருந்தது.

மாளிகாவத்தையில் இருக்கும் ஹாசிமினின் வீட்டை நெருங்கிப் போவதென்பது ஒரு மசூதிக்குள் அந்நியர்கள் நுழைவது போன்றதாகவே இருக்கும். அந்தத் தெருவில் யார் நுழைந்தாலும் அத்தனை வீடுகளில் இருக்கிறவர்களும் கவனித்து விடுவார்கள். அது ஒரு மேல்-தட்டுக் குடியிருப்புப் பகுதி என்று பார்வைக்குத் தெரிந்தாலும், தினமும் பல்வேறு பணக் கொடுக்கல் வாங்கல்கள் நடைபெறுகிற இடம் என்பதால் கூடுதல் கவனம் பெற்றிருந்தது. அரபு நாடுகளில் இருந்து வரக்கூடிய அரசியல் பிரமுகர்கள் தொடங்கி பெரும் தொழிலதிபர்கள் வரை ஒரு முறையாவது அங்கு கட்டாயம் வந்து போயிருப்பார்கள்.

குளிரூட்டப்பட்ட பிரம்மாண்டமான அறை என்றாலும் அங்கிருந்த எலோரும் தரையில் போட்டிருந்த மெத்தையில்தான் சம்மணம் போட்டு இருந்தார்கள்.

ஹாசிமினைத் தவிர அங்கு வேறு யாரையும் உஸ்மானுக்குத் தெரிந்திருக்கவில்லை. எல்லாருக்கும் பொதுவில் ஒரு முறை தலையைத் தாழ்த்தி நிமிர்ந்து கொண்டான். அவனின் வருகையை ஒட்டி இடை நிறுத்தி வைத்திருந்தது போல மறுபடியும் பேச்சுகள் ஹாசிமினை நோக்கி நடந்து கொண்டிருந்தது. உஸ்மானின் பார்வையில் இருந்து தன்னை விலத்திக் கொள்ளாமலே அவர்களின் பேச்சுக்கும் மறுமொழி கொடுத்துக் கொண்டிருந்தார் ஹாசிமின்.

உஸ்மான் கொண்டு போன இரண்டு முதுகுப் பைகளில் நிரம்பி வழிந்த பணக்கட்டுகளுக்கு அங்கே எந்த மரியாதையும் இருக்கவில்லை. அங்கே அது போல இருபதுக்கும் மேலான முதுகுப் பைகளுடன் பலரும் குழுமி நின்றார்கள். கூட்டத்தில் ஒருவனாகத் தேத்தண்ணி குடித்துக் கொண்டு நின்றாலும் உஸ்மானுக்குத்தான் முதலில் மாடியில் இருந்து அழைப்பு வந்தது. அது அவனுடைய சி.ஐ.டி உத்தியோகத்துக்கும் சேர்த்துக் கிடைக்கும் மரியாதை என்பதை அந்தக் கூட்டத்தில் நின்றவர்கள் அனைவரும் அறிந்திருக்க வாய்ப்பில்லை. உஸ்மான் பொதுவில் எங்கேயும் தன்னை ஒரு சி.ஐ.டி என்று சொல்லிக் கொண்டு எதையும் சாதிக்க முனைவதில்லை. அதை சொல்லாமல் இருப்பதில்தான் தன்னுடைய உத்தியோகத்தின் பெருமை தங்கி இருப்பதை அவன் நன்றாகவே அறிவான்.

இலங்கை அரசின் சி.ஐ.டியாக வேலை செய்வதில் மட்டுமே ஆர்வம் கொண்டிருந்தாலும் ஹாசிமினின் எந்தக் கட்டளைக்கும் உஸ்மான் மறுப்பு சொல்லியதில்லை. பல்வேறு தடவைகள் சி. ஐ. டி என்ற அதிகாரத்தால் பாதுகாத்துக் கொண்டு பல்வேறு பணப் பரிமாற்றங்களை உஸ்மான் செய்திருந்தாலும் அவை ஒரு போதும் அவனுக்கானதாக இருந்ததில்லை. ஹாசிமின் தன்னுடைய அரச உத்தியோகத்திற்கு உறுதுணையாக இருக்கிறார் என்பதைத் தாண்டி அவரிடம் இன்னும் ஒட்டுதலுடன் இருப்பதற்கு அவரின் இறைப் பணிகள் மேல் அவனுக்கு இருந்த மரியாதையே காரணமாகும்.

தன்னுடைய அரசியலையும் தன்னுடைய சோனக சமூகத்துக்கான சேவைகளையும் ஹாசிமின் குழப்பிக் கொண்டதில்லை. அதிகாரத்தில் இருந்தாலும் இல்லாவிட்டாலும் அவர் சேவைகள் சோனகர்களுக்கு போய்ச் சேர்ந்து கொண்டுதான் இருந்தன. கிழக்கு மாகாணத்தில் மிகவும் பின்தங்கிய சோனக கிராமங்களின் குடி நீர் பிரச்சனைகள் தொடங்கி பல்வேறு குறைகளை அவர்தான் தீர்த்து வைத்தார்

என்பது அவரது சக அரசியல்வாதிகளுக்குத் தெரியாது. அவருடைய சேவைக்கு உறுதுணையாக இருந்தது கிழக்கு தொளஹித் ஜமாத் என்ற அமைப்பாகும். கிழக்கு தொளஹித் ஜமாத்தின் கிழக்கின் உதயம் என்ற பெயரிலான சமூகசேவைகள் அந்தப் பகுதி அரசியல் பிரமுகர்களுக்குக் கலக்கத்தை ஏற்படுத்திக் கொண்டிருந்தன. அதற்கான நிதி ஆதார சக்தியாக ஹாஸ்மின் இருந்தார் என்றால், அவர்களை சரிவர நிர்வகிக்கும் பொறுப்பு உஸ்மானின் வசம்தான் இருந்தது. கிழக்கு தொளஹித் ஜமாத்தின் செயற்பாடுகளுக்கு சோனக மக்களிடம் இருக்கும் வரவேற்பைத் தங்கள் பக்கம் திருப்பும் விதமாக ரிசார்ட் சிராஜுதீன் அரபுப் பாடசாலைகள் திறப்போம் என்று அறிவித்தாலும் அவற்றை நடைமுறைக்குக் கொண்டு வந்து விட முடியாமல் ஹாசிமின் பார்த்துக் கொண்டார். அடுத்து அந்தப் பகுதி சோனகர்களை வைத்தே கிழக்கு தொளஹித் ஜமாத் மேல் வழக்குப் பதிவு செய்ய ரிசார்ட் எடுத்த முயற்சிகளும் கைகூடி வரவில்லை. நினைத்ததை சாதிக்க எந்த எல்லைக்கும் போகத் தயங்காத ஹாசிமின் அந்த விவகாரத்தைக் கையாள சில சிங்களப் பிக்குமாரையும் பயன்படுத்திக் கொண்டார். எல்லாவற்றையும் உஸ்மான் போன்றவர்களுக்குத் தெரியும் விதமாகவும் ஹாசிமின் செய்வதில்லை.

கிழக்கில் இருக்கும் சில சோனகர்களின் உணவகங்களில் தமிழர்கள் மேலான வெறுப்புணர்வு தூண்டப்பட்டு தங்களை நம்பி சாப்பிட வரும் தமிழர்களுக்கு உணவில் மலட்டுத் தன்மையை உண்டாக்கும் துகள்களைக் கலந்து கொடுப்பது இயல்பாகவே நடந்து கொண்டுதான் இருந்தது. இதற்குப் பின்னணியிலும் சோனக அரசியலுடன் தொடர்புடையவர்கள் இருக்கத்தான் செய்தார்கள். சோனகர்களின் பெரும் ஆதரவைப் பெற்று வந்த கிழக்கு தொளஹித் ஜாமாதின் கைகளும் கூட இதில் இருந்தன. இதுவும் சோனக மக்களுக்கு செய்யும் ஒரு சேவைதான் என்று மூளைச்சலவை செய்வதில் கிழக்கின் உதயம் இளைஞர்கள்தான் முன்னணியில் இருந்தார்கள். தமிழ் இளைஞர்கள் சில முறை இதை இலங்கைக் காவல்துறையின் கவனத்துக்குக் கொண்டு வந்த போதும் எந்த விதமான பலனும் கிடைக்கவில்லை. அந்தப் பகுதியில் இருந்த மருத்துவமனையில் இவ்வாறான மருத்துவப் பரிசோதனைகளை முறையாகச் செய்யும் வசதியே இருக்கவில்லை. காவல்துறையினரும் ஏதாவது ஒரு கதையை சொல்லி அனைவரையும் வெளியே அனுப்பி விடுவார்கள். மேற்கொண்டு பிரச்சினை செய்தால் இராணுவம் வரும் என்ற

பதிலைக் கேட்டதும் பாதிக் கூட்டம் கலைந்து போய்விடும். இதற்கிடையே இந்துக்களுக்கு சொந்தமான மயானத்தையே ஒரு சோனகர் ஆக்கிரமித்தும் விட்டார். இதற்குப் பின்னும் சோனக அரசியல் தலைவர் ஒருவரே இருந்தார். இது தொடர்பாக நடந்த ஒரு பிரதேசசெயலகக் கலந்தாய்வுக் கூட்டத்தில் "பாலஸ்தீனியர்களின் நீர் நிலைகளில் இஸ்ரேலியர்கள் நச்சு மருந்துகளைக் கலப்பதைப் படித்தறிந்த ஒரேயொரு அரசியல்வாதி நமக்கு இருந்தால் இதெல்லாம் விளங்கும்" என்று ஒரு தமிழ் இளைஞர் கத்திச் சொன்னதற்கு, இனங்களிடையே பிரிவை தூண்டும் முயற்சி என்று கண்டித்ததோடு அந்தக் கலந்தாய்வும் முடிந்திருந்தது. இதே உணவில் மருந்து கலப்பு கதையில் சிங்களவர்கள் சிலர் சிக்கிக் கொண்ட போதுதான் பிரச்சினையில் போய் முடிந்தது.

அம்பாறை மஸ்தான் ஹோட்டல் ஏற்கனவே ஒரு பிரச்சினையில்தான் இருந்தது. அது தமிழருக்கு சொந்தமான இடம் என்றாலும் அதில் தான் நீண்ட காலம் கடை நடத்தி விட்டதாகப் பிடிவாதம் பிடித்தான் ஹோட்டல் உரிமையாளர் மஸ்தான். அவனைப் பொறுத்தவரை நீண்ட காலம் என்பது கடந்த இரண்டு வருடம். இது இலங்கைக் காவல்துறை வரைக்கும் போனது. காவல்துறையின் உதவியுடன் நில உரிமையாளரும் அவர் மகனும் தாக்கப்பட்டு மருத்துவமனையில் அனுமதிக்கப்படும் சூழல் வந்தும் அவர்கள் தான் தன்னை மிரட்டியதாக மஸ்தான் வழக்குப் பதிவு செய்து தப்பித்திருந்தான். அதற்குப் பின்னும் கிழக்கு உதயம் இளைஞர்கள் சிலர் இருந்தார்கள். காவல்துறை வரை பிரச்சினை போன பிறகு மருந்து கலப்பு வேலைகளை குறைத்துக் கொள்ளுமாறு அவன் வீட்டில் இருந்தவர்கள் சொன்ன போது "இலங்கை அரசாங்கமே ஒரு காலத்தில திரிபோசா மாவில கலக்கேலையா" என்று ஏதேதோ சொன்னான். "இதெல்லாம் நம்ம சமூக மக்கள் நிம்மதியா வாழத்தான்" என்று இறுத்தில் அடித்துச் சொல்லி அவர்களின் வாயை மூட வைத்தான். மஸ்தான் சொன்னது உண்மையோ பொய்யோ அவனைப் படைச்சவனுக்குத் தான் தெரியும். "என்ர உம்மாட பெயர் கதீஜா இல்லை தெய்வநாயகியடா... கள்ள மாப்ளோலிட மோனே" என்று வாப்பா கட்டிலில் முனகிக் கொண்டு கிடப்பதைக்கூட ஒரு போதும் அவன் காதில் போட்டுக் கொள்வதில்லை. "விசர் நாய்..." என்று பதிலுக்கு முணுமுணுப்பதோடு சரி. கொஞ்சமாவது அவர் சொல்வதைக் கேட்டிருந்தால் அவனுடைய உணவகம்

114

எரிந்திருக்காது. அவனது உணவகத்தை மட்டும் இல்லை, அந்த ஊரை எரித்து அழித்ததிலும் அவனுக்கு ஒரு பெரும் பங்கிருக்கிறது.

அன்றைக்கு மஸ்தான் மூன்றாவது தொழுகையை முடித்த கையோடு சமையலில் தீவிரமாக இறங்கி இருந்தான். கடைக்கு வந்திருந்தது சிங்களவர் என்றவுடன் கொஞ்சம் கவனமாகவே நடந்து கொண்டான் என்றாலும் கோழிக்கறியின் சுவையில் இருந்த மோசமான வாசனை பிரச்சினையைத் தொடங்கி வைத்தது. “உன்ர தொப்பிய பறத் தமிழனிட்ட மட்டும் பிரட்டு” என்று சிங்களவன் சொன்னதும் மஸ்தான் அவனைக் கீழே தள்ளி விட்டிருந்தான். அவன் அடிபடாத மண்டையில் இரத்தம் வடிவதாகக் கத்திச் சொல்லி விட்டான். ஏற்கெனவே பலருக்கும் மஸ்தானின் மருந்து வித்தை விவகாரத்தில் பிரச்சினை இருந்ததால் கோழிக்கறிப் பிரச்சினை பெரிதாகிக் கொண்டே போனது. சிங்கள இளைஞர்கள் மட்டும் இல்லாமல் இரண்டு பிக்குமாரும் வந்து சேர்ந்ததில் காவல்துறையினர் கட்டாயம் தலையிட வேண்டிய நிலமை உருவானது. மஸ்தான் காவல்துறையால் கைது செய்யப்பட்டதில் சோனகர்கள் பலருக்கே மன நிறைவுதான். அந்த அளவுக்கு மஸ்தானின் ஆட்டம் எல்லை மீறிப் போய்க் கொண்டிருந்தது.

மஸ்தானின் மருந்துக் கலப்புப் பிரச்சினை அத்தோடு முடிந்து போனது என்று ஊரே ஆசுவாசம் அடைந்த இரவில் திரண்டு வந்த சிங்களவர்களின் கூட்டம் முதலில் மஸ்தானின் கடையை அடித்து நொறுக்கித் தீயை வைத்தது. அந்தக் கூட்டத்தை வழி நடத்தியது அம்பாறையில் வளர்ச்சியடைந்து வந்த இளைய பிக்கு ஒருவர்தான். அவரின் இலக்கு சோனகர்களின் கடைகளாக மட்டும் இருக்கவில்லை. அம்பாறை ஜும்மா பள்ளிவாசல்தான் அவரது பிரதான இலக்காக இருந்திருக்க வேண்டும். மஸ்தானின் கடை தொடங்கி சில கடைகளை சிங்களக் காடையர் கூட்டம் அடித்து நொறுக்கினாலும் அவர்களை ஜும்மா பள்ளிவாசலை நோக்கியே பிக்கு திருப்பி விட்டிருந்தார். போகும் வழிகளில் கண்ணில் தென்பட்ட வாகனங்களைக் கொளுத்திக் கொண்டு போன கூட்டம் பள்ளிவாசலை நெருங்க நெருங்க வெறி கொண்டது. தூய வெள்ளை நிறத்தில் இருந்த பள்ளிவாசலின் உள்ளே நுழைந்து வெறி அடங்கும் மட்டும் அடித்து நொறுக்கி விட்டு இறுதியில் தான் தீயை வைத்தார்கள். பெற்றோல் வாசத்துடன் கருகிய பள்ளிவாசல் அடுத்த நாள் விடிந்த போது கரிய நிறத்தில் சிதைந்து கிடந்தது.

அதற்கு அடுத்த நாள் காலையில் அம்பாறைக்குப் போன சோனக அமைச்சர் ஒருவரையே சிங்கள இளைஞர்களின் கூட்டம் துரத்தி அடிக்கப் பார்த்தது. அவரைப் பாதுகாப்பதே இராணுவத்துக்குப் பெரிய வேலையாகிப் போனது. சில சிங்கள இராணுவ அதிகாரிகள் அந்த நேரம் சோனகர்களைக் கிண்டல் அடித்து சிரித்ததைப் பார்த்த போதும் அவரால் ஒன்றும் செய்ய முடியவில்லை.

ஹாஸ்மின் தொடங்கி எல்லாரும் அரசிடம் இருந்து நிவாரணம் வாங்கிக் கொடுப்பதில்தான் குறியாக இருந்தார்கள். நீதி கோருவது எல்லாம் சோனகர்கள் மத்தியில் பேசும்போது மட்டும்தான். இதில் உஸ்மானுக்கு ஹாஸ்மின் மீதே எரிச்சல் வந்திருந்தாலும் காட்டிக் கொண்டதில்லை. ஹாஸ்மினும் சில நேரம் மனம் வெறுத்து இளைஞர்கள் முன் வெளிப்படையாகப் பேசி இருக்கிறார். “எரிச்சவனிட்ட நீதி எப்பிடி கிடைக்கும்?. மசூதிய கட்டி முடிக்கோணும், அது மட்டும்தான் எனக்கு நிம்மதி” என்று ஹாசிமின் சொன்னதைக் கேட்டவர்களில் உஸ்மானும் ஒருவன்.

அம்பாறையைக் கடக்கும் ஒவ்வோர் இரவிலும் உஸ்மானுக்கு அம்பாறை ஜும்மா பள்ளிவாசல் கறுப்பாகவே தெரிந்திருக்கிறது. அதை அப்படியே விட்டால் என்ன? நம் மக்களுக்கு அதைப் பார்த்தாலாவது புத்தி வராதா என்று நினைத்துக் கொள்வதுண்டு என்றாலும் எதுவும் அவன் கையில் இருக்கவில்லை. எந்த நெருக்கடியிலும் கையில் இருக்கும் முதுகுப்பைகளில் நிரம்பிய பணத்தை கொண்டு சேர்ப்பதில்தான் அவன் முழுக் கவனத்தையும் செலுத்த வேண்டி இருந்தது. கிழக்கு தொளஹித் ஜாமாத்துக்கு இப்போதெல்லாம் பல வழிகளில் பணம் வந்து கொண்டிருப்பது உஸ்மானுக்குத் தெரிந்தாலும் அதைப் பற்றித் தெரிந்ததாக வெளியே காட்டிக் கொள்ளவில்லை. அதற்கு முக்கியமான காரணம் ஹாசிமினின் தம்பி முகமட் இஸ்மாயில் அதில் தொடர்பு பட்டிருந்ததுதான். இஸ்மாயில் இலங்கையில் இருந்ததை விடவும் அரபு நாடுகளில் சுற்றிக் கொண்டிருப்பதுதான் அதிகம். ஹாசிமினின் தம்பி என்ற பெயருக்குத் தேர்தல் காலங்களில் மட்டும் அண்ணனுடன் வந்து நிற்பான் இஸ்மாயில். “அவன் பெரிய மண்டை, துவக்கு எல்லாம் சுடத் தெரியும்” என்று எப்போதாவது உஸ்மானிடம் மட்டும் பெருமை பேசுவார் ஹாசிமின்.

24

“கொழும்பு கோட்டை வேல்ட் மார்க்கெட்டில் நல்ல குளிர்ச் சட்டையள் கிடைக்கும். எனக்கும் ஒன்று மறக்காமல் வாங்கி வையுங்கோ சந்திப்பம் தானே” என்று சொன்னது பாலன்தான். கொழும்புக்கு வந்து இத்தனை நாட்களில் ஒரு முறை கூட வெளியே செல்ல அனுமதிக்கப்படவில்லை என்பதைப் பாலனிடம் சொன்னால் எதாவது நடக்குமா என்று தாசனுக்குத் தெரியவில்லை. அகிலனுக்கு அப்படி ஓர் எண்ணமே இல்லை என்று தாசனுக்கு நிச்சயமாகத் தெரியும். அவனாக சொல்லாமல் கொள்ளாமல் எங்கேயாவது ஓடிப் போனால்தான் உண்டு. அப்படி ஓடினாலும் எதையாவது மறக்க முடியாமல் செய்து விட்டுத்தான் போவான் என்பதும் தெரியும்.

“ம் மூன்று குளிர்க் கோட்...” என்று இழுத்துச் சொல்லிக் கொண்டு இவர்களின் பயணத்துக்கு தேவையானவற்றைப் பட்டியல் போட்டார் மெண்டிஸ். உண்மையைச் சொன்னால் இவர்கள் என்ன வாங்க வேண்டும் என்று பாலன் ஒரு பட்டியல் போட்டிருந்தார். அது மிகவும் சிறிய பட்டியல்தான். அந்த சிறிய பட்டியலை இன்னும் சுருக்கி ஒரு பட்டியல் போட்டு முடித்திருந்தார் மெண்டிஸ். “காசு இவனா போடுறான்” என்று தாசனிடம் மட்டும் முணுமுணுத்த அகிலன் கடைசியாக ஒரு வார்த்தை சொன்னான். “நல்ல மாட்டுத்தோல்ல வாங்குங்க.” மெண்டிஸ் தலையை ஆட்டி வைப்பதைப் பார்த்தால் மீதிக் காசு முழுவதும் வந்து சேர்த்திருக்கும் போலத்தான் தெரிந்தது. “உஸ்மான் இருக்கிறார்” என்று மெண்டிஸ் இவர்களுக்கு ஞாபகப் படுத்திவிட்டுப் போனார். பக்கத்து அறையை எட்டிப்

பார்த்த தாசனுக்கு உஸ்மான் முகம் மட்டும் தெரியவில்லை. அவன் மிகச்சிறிய மடி-கணனி போன்ற ஒரு வெள்ளை நிறச் சாதனம் ஒன்றில் எதையோ ஆழ்ந்து பார்த்துக் கொண்டிருந்தான்.

"ஆஃப்கானில் 400 இஸ்லாமிய மதத் தலைவர்கள் முடிவெடுத்து தான் புத்தர் சிலையை உடைக்கக் கோரினார்கள். அதைத்தான் ஆஃப்கான் அரசு செய்தது. புத்தர் சிலையை ஒன்றும் சாதாரணமாக உடைக்கவில்லை. விமான எதிர்ப்பு பீரங்கி, கனரக பீரங்கி எல்லாவற்றையும் பயன்படுத்தினார்கள். அப்போதும் சிலை உடைப்பு முடிந்து விடவில்லை. தலிபான்களை மலையில் ஏற்றி சிலைகளின் சிதைந்த பாகங்களின் உள்ளே டைனமிட் வெடி பொருட்களை வைத்து வெடிக்க வைக்க வேண்டி இருந்தது."

ஏதோ சத்தம் கேட்டதும் செட்டித் தெருவை எட்டிப் பார்ப்பது போல இவர்களின் அறையை எட்டிப் பார்த்தான் உஸ்மான். பிறகு தானாகவே தலையை ஆட்டி விட்டு அறைக்குள் சென்று மறுபடியும் அந்த சிறிய சாதனத்தில் மூழ்கினான். இப்போது அதில் தோன்றி இருந்த கருப்பு உடை அணிந்த நாற்பது வயது மதிக்கத்தக்க நபர் பேசினார். அவர் இடையிடையே சில தூஷண வார்த்தைகளை சொல்லும் போது மட்டும் உஸ்மான் கண்களை மூடித் திறந்தான்.

"ஆனால் பாருங்கள் சகோதரர்களே, ஒரே ஒரு சர்ச்சில் குண்டு வெடித்தால் என்ன நடக்கும்? ஒரேயொரு அமெரிக்கனைக் கொன்றால் என்ன நடக்கும்?"

மீண்டும் செட்டித் தெருவில் போன ஏதோ ஒரு வாகனம் உஸ்மானைத் தொந்தரவு செய்தது. அது ஒன்றும் அந்தத் தெருவுக்குப் புதிய சத்தம் ஒன்றும் இல்லை. அவ்வளவு பெரிய சத்தமும் இல்லை. உஸ்மானைத் தொந்தரவு செய்தது அந்தத் தெருவோ அந்த வாகனச் சத்தமோ இல்லை. அந்த ஒளிப்பதிவுதான் அவனை தொந்தரவு செய்தது. அதில் தோன்றிய காட்சிகளும் தூஷணமும் எல்லாமும் சேர்ந்து கொண்டு ஒரு பிசாசைப் போல அவனை நிலைகுலைய வைத்தன.

"இதோ பாருங்கள் சகோதரர்களே... ஆஃப்கானின் அப்பாவி இஸ்லாமிய சகோதர்கள் இருவரை ஒருபால் உறவில் ஈடுபடுமாறு இந்தப் பெண் அதிகாரி கட்டாயப்படுத்துகிறார். ஏன்...? "உனக்கு இன்னும் எழுச்சி வரவில்லையா" என்று கேட்டபடி தன் சாம்பல் நிற ஆடைக்கு மேலால் மார்பகங்களைப் பிசைந்து காட்டுகிறாள்.

இவர்களைப் பார்த்து ரசித்துக் கொண்டிருக்கும் ஆண் இராணுவ அதிகாரி, "நீ அவன் குதத்தைப் பதம் பார்க்கவில்லை என்றால் என் நாய் உன்னைப் பதம் பார்க்கும்" என்று எச்சரிக்கிறான். அந்த நாய் இரும்பு சங்கிலிகளை அறுத்தெறிந்து இவர்கள் மேல் பாய எத்தனித்துக் கொண்டே இருக்கிறது. "உற்றுப் பார்த்தீர்களா... அந்த நாய்களைக் கட்டுப்படுத்தி வைத்திருக்க அவற்றின் வாய்க்கும் விசேட இரும்பு வலையைப் பயன்படுத்தி இருக்கிறான். ஈராக்கில் ஆக்கிரமித்து நிற்கும் ஒவ்வோர் அமெரிக்க சிப்பாய் சிறுநீர் கழிக்கவும் ஒரு திருக்குர்-ஆன் தேவைப் படுகிறது. பாக்தாத் நகரின் வீதிக்கு வீதி இதுதான் நடக்கிறது. நீங்களே சொல்லுங்கள் திருக்குர்-ஆனில் சிறுநீர் கழிப்பது மனிதச் செயல்தானா? ஏன்... மியன்மாரில் ஆயுதம் ஏந்திய புத்த பிக்குகள் நம் சகோதரிகளை எப்படி எல்லாம் வதைக்கிறார்கள். இவ்வளவும் பார்த்த பிறகும் உங்களுக்கு ஏன்... ? நீங்கள் செத்த புழுத்த பிணங்களா சகோதர்களே?"

உஸ்மான் நெற்றியில் இருந்து வியர்வை சொட்ட அந்த சாதனத்தைக் கட்டிலில் கவிழ்த்து வைத்துவிட்டு, திடீரென்று இவர்களின் அறைக்கதவைத் திறந்து கொண்டு உள்ளே வந்து நின்றான். நிறுத்தி வைத்திருந்த குளிரூட்டியைக் கவனித்ததும் இவர்களை எரிப்பது போலப் பார்த்தான். அது இதுவரை ஒரு போதும் நாளும் காணாத உஸ்மானின் முகம்!. ஏதோ ஒரு கட்டளைக்குக் கட்டுப்பட்டவன் போல எழுந்து போய்க் குளிரூட்டியை இயக்கி விட்டு வந்து கட்டிலில் அமர்ந்தான் அகிலன். அவன் கண்களில் ஒளிர்ந்த பரிபூரண அமைதி அவனுக்கு சித்தம் தெளிந்ததை அடையாளம் காட்டியது.

மெண்டிஸ் இவர்களுக்கு சொல்லி விட்டது போலவே கடும் குளிரைத் தாங்கும் ஆடைகளை வாங்கிய பிறகும் கொழும்பு கோட்டையின் பரபரப்பின் நடுவே நின்று கொண்டிருந்தார். அவரது காருக்கும் அவருக்கும் அம்பது அடி தூரம் இருந்தது. இதுவரை ஒரு நாளும் அந்தக் காரை அவர் செட்டித் தெருப்பக்கம் கொண்டு போனதில்லை. அதில் இருந்த காரின் சாரதிதான் ஒவ்வொரு தடவையும் மெண்டிஸுக்காக செட்டித் தெருவை ஒட்டிய பகுதிகளில் எப்போதும் காத்திருப்பார். ஓர் உயர்குடிக் காரோட்டியை போல வெள்ளை ஆடைகள் அணிந்திருக்கும் அவரின் கண்கள் மெண்டிஸையும் காரில் இருந்த பணக்கட்டுகள் பிரித்து அடுக்கி வைக்கப்பட்டிருந்த கருப்பு முதுகுப்பைகளையும்

கண்காணித்துக் கொண்டிருந்தன. சஞ்சீவ் ஸ்ரீவர்த்தன தான் முதலில் வந்து நின்றார். மெண்டிஸ் அவருக்குக் கை குலுக்கி அனுப்பியதும் காரில் இருந்த ஒரு முதுகுப் பை கைமாறி இருந்தது. மெண்டிஸ் கை குலுக்கும் ஒவ்வொரு கையும் இலங்கையின் பாதுகாப்புக்கு சத்தியப் பிரமாணம் எடுத்தவையாகத்தான் இருந்தது. அத்தனை கைகளும் ஒவ்வொரு கருப்பு முதுகுப் பையை சுமந்து கொண்டு போகும் வரை மெண்டிஸ் சலிக்காமல் கொழும்பு கோட்டையில் நின்று கொண்டிருந்தார். மொத்தமாக நான்கு மணி நேரத்தை இந்தப் பணப் பரிமாற்றம் எடுத்துக் கொண்டது. ஒவ்வோர் அதிகாரியும் நீண்ட இடைவெளி விட்டுத்தான் வந்து போனார்கள். கடைசியாகக் காரின் பின் இருக்கையில் இருந்த இரண்டு கருப்பு முதுகுப் பைகள் யாருக்கானவை என்று அறிந்து கொள்வதில் எந்த ஆர்வமும் இல்லாமல் சீரான கருப்பு சாலை வளைவுகளில் கவனம் வைத்துப் போய்க் கொண்டிருந்தார் சாரதி. அவர் இலங்கை அரசாங்கத்தில் உத்தியோகப் பூர்வமாகப் பணியில் இல்லை என்றாலும், அவர் மெண்டிஸைக் கட்டுப்படுத்தக்கூடிய இடத்தில் இருந்தார். உஸ்மான் ஒரு போதும் அறியாத அவரின் முழுப்பெயர் நஜீப் ரஹ்மான்.

கடந்த வெள்ளிக்கிழமை காலை பதினொரு மணிக்கு இடம்பெற்ற இலங்கைப் பாதுகாப்புத் துறையின் விசேட அவசரக் கூட்டத்துக்குப் பிறகு நஜீப் ரஹ்மான் தன்னுடைய வேலைத் திட்டத்தை முடுக்கி விடவேண்டிய தேவை ஏற்பட்டிருந்தது. இந்தியாவின் உளவுத்துறையில் இருந்து இது போலான அறிக்கைகள் வருவது முதல் முறையில்லை என்றாலும், இந்த முறை வந்த அறிக்கையில் பாகிஸ்தானின் பெயர் விடுபட்டிருந்தது. ஆனால் மிகுந்த கவனத்துடன் ஐ. எஸ். ஐ. எஸ் பெயர் குறிப்பிடப்பட்டிருந்தது. இலங்கையின் உளவுத்துறை அறிக்கைகளின் வரலாற்றில் ஒரு முறை கூட அல்கொய்தாவின் பெயர் இடம்பெற்றதில்லை. ஆனால், இந்த அறிக்கையில் ஐ. எஸ். ஐ. எஸ் பெயர் கூட இடம் பெற்றிருந்ததும் அந்தக் கூட்டத்தின் முக்கியத்துவத்தைக் கூட்டியது.

நிர்மலா பெர்னாண்டோ தன்னுடைய அறிக்கையை வாசித்த போது விசேடப் புலனாய்வுத் துறையினரின் வரிசையில் மூன்றாவதாக அமர்ந்திருந்த நஜீப் ரஹ்மான் தன் உடலைக் கொஞ்சம் முன்னே சாய்த்து மேசையின் மேல் இரண்டு

கைகளையும் கோர்த்து வைத்துக் கொண்டார். நிர்மலா தன்னுடைய அறிக்கையை வாசிக்கத் தொடங்கும் போதே, தனக்குப் போதிய கால அவகாசம் வழங்கப்படவில்லை என்பதை இரண்டு முறை சுட்டிக் காட்டிய பிறகே வாசிக்கத் தொடங்கினார். அவர் அறிக்கையை வாசிக்கும் போது அவருடைய மேற் சட்டையின் முதுகுப் பகுதி அடிக்கடி இறுக்கிக் கொண்டது.

நிர்மலாவின் உரையில் இரண்டு முறைக்கு மேல் அன்ரன் பாலசிங்கத்தின் பெயர் வந்து போனது. "தமிழர்களுக்கும், விடுதலைப் புலிகளுக்கும் எதிராக ஆயுதம் தாங்கிய ஜிகாத் அமைப்பு இலங்கையில் இயங்கி வருகிறது என்பதை இலங்கை அரசுடன் ஜெனீவாவில் இடம் பெற்ற பேச்சுவார்த்தையில் கூட அன்ரன் பாலசிங்கம் குறிப்பிட்டுள்ளார்." நிர்மலாவின் அறிக்கையில் அன்ரன் பாலசிங்கம் பெயர் இடம் பெறும் போதெல்லாம் அவர் சிறிய இடைவெளி விடுவதை நஜீப் ரஹ்மான் உட்பட சிலரின் பார்வைகள் உன்னிப்பாகக் கவனித்துக் கொண்டே இருந்தன. நிர்மலா தனது அறிக்கையை இவ்வாறாக முடித்து வைத்தார். "இலங்கையின் கிழக்கு மாகாணத்தில் சோனக ஆயுதக் குழுக்கள் கடந்த காலத்தில் மட்டும் அல்ல, இப்போதும் இருக்கிறார்கள். இவர்களுடன் இலங்கை இராணுவத்திற்கும், இலங்கைப் புலனாய்வுத் துறையில் பெரும் பங்காற்றும் சோனக அதிகாரிகளுக்கும் நெருக்கமான உறவுகள் உண்டு."

அந்த அறையில் நீடித்த புலனாய்வுத்துறை அதிகாரிகளின் பெரும் அமைதிக்குப் பிறகு நிர்மலா மீண்டும் தனது அறிக்கைக்கு வலுச்சேர்க்கும் விதமாகப் பேச ஆரம்பித்தார். வேறு சில அதிகாரிகள் தங்களின் அறிக்கைகளை வாசிப்பதில் எடுத்துக் கொண்ட தாமதத்தை மீண்டும் இட்டு நிரப்ப நிர்மலா முற்பட்டார். அவரை நிராகரிப்பது போல பத்துக்கும் மேலான அதிகாரிகள் ஒவ்வொருவராக அந்த அறையை விட்டு வெளியேறிக் கொண்டிருந்தனர். அவர்களில் பலரும் சிங்கள அதிகாரிகளே என்றாலும் அதில் மூன்று சோனக அதிகாரிகளும் இருந்தார்கள். அதுவரை அந்த அறையில் மிகவும் தீவிரமாக நிர்மலாவின் அறிக்கையைக் கவனித்துக் கொண்டிருந்த நஜீப் ரஹ்மானின் பார்வை இப்போது நிர்மலாவின் முன்னால் ஒன்றின் மேல் ஒன்றாக அடுக்கி வைத்திருந்த கோப்புகளின் மேல் இருந்தது. கூட்டத்தில் இருந்த அனைவரின் விருப்பத்தையும் விளங்கிக் கொண்டது போலத் தேனீர்க் கோப்பைகளுடன் உள்ளே

நுழைந்த உணவுப் பரிமாற்றப் பணியாளர்கள் வெள்ளை பீங்கான் கப்புகளில் தேனீரை நிறைத்தார்கள். மேசையில் வரிசையாக வைக்கப்பட்ட ஒவ்வொரு வெள்ளைப் கோப்பையின் கீழும் ஒரு வெள்ளை நிற அட்டை இருந்தது. எந்த விதத்திலும் ஒரு சிறு துளி கூட சிந்தி அந்தக் கண்ணாடி மேஜைகளைக் கறைப்படுத்தி விடாமல் வெள்ளை அட்டைகள் பாதுகாத்துக் கொண்டன.

நிர்மலா பெர்னாண்டோவின் அறிக்கையுடன் சேர்த்து ஏழு அறிக்கைகள் உயர்மட்டப் பாதுகாப்பு சபை தொடங்கி அனைவருக்கும் அவசரமாக அனுப்பி வைக்கப்பட்டன. அலரிமாளிகைக்கு எவ்வளவு விரைவாக முடியுமோ அவ்வளவு விரைவாக அனுப்பி வைக்கப்பட்டதை உறுதிப்படுத்திக் கொண்டார்கள் புலனாய்வுத் துறை அதிகாரிகள். அடுத்த கட்டமாக இலங்கை முழுவதும் பாதுகாப்புப் பலப்படுத்தப்படும் என்பதே அனைவரின் எதிர்பார்ப்பாக இருந்தது. ஆனால் கொழும்பில் கூடப் பாதுகாப்பில் கவனம் செலுத்தாமல் இராணுவம் புறக்கணித்தது. வழக்கம் போலான இராணுவத் தினரின் அடையாள அட்டை சோதனைகள் ஆங்காங்கு நடை பெற்றன. கொழும்பில் விசேடமாகத் தயாரிக்கப்பட்ட ஐந்து பாரிய புத்தர் சிலைகளைப் பத்திரமாக முல்லைத்தீவு வரை கொண்டு போய்ச்சேர்ப்பதில் இலங்கை இராணுவத்தின் மூன்றாவது படைப்பிரிவு கவனம் செலுத்திக் கொண்டிருந்தது. இதில் தன்னுடைய கவுரவம் சம்பந்தப் பட்டிருப்பதாகக் கருதிய மூன்றாவது படைப்பிரிவின் கட்டளைத் தளபதி மங்கள வன்னியாராச்சி, முல்லைத்தீவுக்கு விரையும் புத்தர் சிலைகளைத் தாங்கிய கனரக வாகனங்களைத் தன்னுடைய விசேடப் பாதுகாப்பு வாகனத்தில் பின்தொடர்ந்து சென்று கொண்டிருந்தார்.

25

பாலன் இருபத்தைந்து ஆண்டுகளுக்கு பிறகு மன நிம்மதியை அடைந்திருந்தார். நீண்ட நெடுங்காலம் சுமந்த சிலுவையைத் தேவனிடம் ஒப்புக் கொடுத்திருந்தார். இலங்கையை விட்டு வெளியேறும் போது கடைசியாகப் பாதர் ஜான் சூசைக்கு முன் மண்டியிட்டு நின்ற அதே தேவாலயத்தில் மீண்டும் மண்டியிட்டு நின்றிருந்தார். அப்போது இருந்த பதட்டமும் அவநம்பிக்கையும் இப்போது இல்லை. பூரண நிறைவு ஒன்று உடல் முழுவதும் புதிய உற்சாகத்தை ஏற்படுத்தி இருந்தது. மெல்பொர்னின் குளிரில் விறைத்த கைகள் கொழும்பின் சூட்டில் எரிவது போலிருந்தது. தோல் வியாதியை மறக்கும் பொருட்டுக் காற்சட்டைப் பையில் இருந்த கிரீமை எடுத்து இரண்டு கைகளிலும் நன்றாகப் பூசிக் கொண்டார். நேரம் காலை எட்டு முப்பதைக் கடந்து கொண்டிருந்தது. ஈஸ்டர் சிறப்புப் பிரார்த்தனைக்காகத் தேவாலயத்தை மக்கள் நிறைத்துக் கொண்டிருந்தார்கள்.

கொழும்பில் பாதுகாப்பு சோதனைகள் தீவிரப் படுத்தப்பட வாய்ப்புகள் இருப்பதாகத் தகவல் வந்தது முதலே மெண்டிஸ் இவர்கள் இருவரையும் உடனடியாக அனுப்பி விடும் முடிவுக்கு வந்திருந்தார். எந்த வகையிலாவது இவர்கள் இருவரும் கைது செய்யப்பட்டால் விபரீதமான விளைவுகள் ஏற்படும் என்பதை மெண்டிஸ் நன்றாகவே அறிந்திருந்தார். தனக்கு மீண்டும் இரண்டு லட்சம் ரூபாய் தருமாறு மெண்டிஸ் திடீரென்று கேட்டுக் கொண்டதைப் பாலன் உதாசீனம் செய்யவில்லை. அந்த நேரத்தில் பாலன் எடுத்த முடிவை மெண்டிஸ் கூட அவ்வளவு தூரம் எதிர்பார்க்கவில்லை. அதுவரை நாற்பது லட்சம்

ரூபாய்க்கு மேல் செலவழித்திருந்த பாலன் எந்த வகையிலும் இவர்கள் இருவரையும் கைவிட்டு விடக்கூடாது என்பதில் மிகவும் உறுதியாக இருந்தார். அவுஸ்திரேலியாவில் உழைத்துச் சேர்த்த தனது நீண்ட நாள் சேமிப்பின் பெரும் பகுதியை இழந்திருந்தாலும் கூட, அந்தப் பணத்திற்கு உரிய மதிப்பை ஏற்படுத்தவே விரும்பினார். அவரைக் கடைசியில் கொழும்பு வரை உந்தித் தள்ளிக் கொண்டு வந்த வேட்கையை மகன் நகுலனால் மட்டுமே விளங்கிக் கொள்ள முடிந்தது.

பரபரப்பான மெல்பெர்ன் விமான நிலையத்தில் தோல்கள் சிவந்து நடுங்கும் கைகளால் நகுலனின் குளிர்ந்த மென்மையான கைகளைப் பற்றிப் பிடித்து அவர் சொன்ன வார்த்தைகள் உண்மையானவை என்பதை நகுலன் உணர்ந்திருந்தான். "என்ர இயக்கம் பிழையான முடிவுகளை எடுத்திருக்கலாம். அதுக்கு நானும் பொறுப்புத்தான். அதை நான் ஏற்றுக்கொள்ளுவன் தம்பி, என்றாலும் பாலன் பிழையான ஆள் இல்லை. நீர் பெடியளோட அவங்கட கொடிய பிடிச்சண்டு ஊர்வலம் போவீரே அந்த புலியள விட நான் ஒண்டும் குறைவா தமிழ் ஈழத்தை நேசிக்கேல்ல... என்னால முடியேலையடாப்பா. அப்ப இருந்த நிலமையள் வேற. இப்பவும் நான் எனக்காகப் போகேல்லா. ரெண்டு பிள்ளையள்... ரெண்டு பேரைக் காப்பத்திப் போட்டு சாகிறன். அது நிம்மதியான சாவா இருக்கும். எனக்கு அந்த நிம்மதி வேணும் தம்பி." அப்பாவின் கைகளில் கொதிக்கும் சூட்டை உணர்ந்து கொண்டுதான் அவன் பதிலேதும் சொல்லவில்லை. "நீர் வீட்ட இரும். அம்மா பத்திரம் அப்பன். அதுக்கு ஒண்டும் தெரியாது. கம்போடியாவுக்கு வேற ஆள் போகுது. நீர் யோசியாம இரும் சரியோ." அப்பா கைகளை விடுவித்துக் கொண்டு செக்கிங்கைக் கடந்து போன பிறகும் அவனிடம் பதில் வார்த்தைகள் வெளிப்படவில்லை. "அப்பாவுக்கு அரசியல் பிடிக்காது" என்று மட்டும் தான் அம்மா அவனுக்கு சொல்லியிருக்கிறாள். ஒரு போதும் அவர் ஆயுதம் தாங்கிய ஈழ விடுதலை இயக்கம் ஒன்றில் இருந்தவர் என்று சொன்னதில்லை.

செட்டித்தெருவின் பரபரப்பில் தன்னையும் இணைத்துக் கொண்டது போல மெண்டிஸ் "வெளிக்கிடுங்க" என்று அறைக் கதவைத் தள்ளித் திறந்து சொன்ன போது அவரின் அவசரம் இருவருக்கும் கூட உடனே விளங்கவில்லை. அவர் தன்னுடைய அறையில் இருந்த பொருட்களைப் பெரிய சூட்கேஸ் ஒன்றில் அலங்கோலமாக அள்ளிப் போட்டதைப் பார்த்த பிறகு

அடுத்த நிமிடம் தாசன் நெற்றியில் துடிப்பு ஏறிக் கொண்டது. "பேப்புண்ட சொன்னது கேக்கேலலையா" என்றபடி அகிலனின் சாரத்தைப் பிடித்துக் கட்டிலில் இருந்து இழுத்துத் தூக்கி நிறுத்தினான். இரண்டே முதுகுப்பைகள் தான் என்றாலும் இருவரையும் பதட்டம் பற்றிக் கொள்ள நேரம் எடுக்கவில்லை. திறந்து கிடந்த அறைக்கதவால் மீண்டும் பாய்ந்து வந்த மெண்டிஸ் இரண்டு வெள்ளைக் கடித உறைகளைக் கட்டிலில் போட்டுவிட்டுப் போனார். அகிலன் அந்த உறைகளில் ஒன்றை அப்படியே கவிட்டு உதறிக் கொட்டினான். அந்த உறையில் இருந்து விழுந்த கடவுச்சீட்டு, அடையாள அட்டை, விமானப் பயணத்துக்கான நுழைவுச் சீட்டு மற்றும் சில டொலர்கள் கட்டிலில் பரவிக்கிடந்தன. இதைப் பார்த்த தாசனுக்கு மற்றைய உறையையும் பிய்த்துப் பார்த்து விட வேண்டும் என்ற ஆர்வம் பீறிட்டுப் பாய்ந்தது. அவன் அவக்கென்று அகிலனைப் பாய்ந்து கட்டிப்பிடித்துக் கொண்டான். அவன் கண்களில் இருந்து தாரை தாரையாகக் கண்ணீர் பெருகிக்கொண்டிருந்தது. வெடித்த நெஞ்சுகள் இரண்டும் இறுகிக் கொண்டன.

மெண்டிஸின் அறையில் இருந்து தாள்கள் எரியும் வாசனை மெதுவாக எழுந்து வந்து கொண்டிருந்தது. மூடிய கதவுக்கு முன்னே நின்ற தாசன் கதவைத் தட்டும் முன்பே மெண்டிஸ் கதவைத் திறந்திருந்தார். அவரின் கைகளில் இருந்த கரியைப் பார்த்த போதே எதையோ எரித்து நீரில் கரைத்திருக்க வேண்டும் என்பதைப் புரிந்து கொண்டிருந்தான். அவரின் நீலக் காற்சட்டையின் ஈரத்தில் இருந்து நீர் வடிந்து கொண்டிருந்தது. ஒரு கருப்பு முதுகுப்பையும், சிவப்பு வண்ணப் பெரிய பயணப் பெட்டியுமாக வெளியே வந்த மெண்டிஸ் கதவை அடித்து சாத்திப் பூட்டிக் கொண்டார். இரண்டு முதுகுப்பைகளுடன் பக்கத்து அறை வாசலில் நின்ற அகிலனை வெளியே இழுத்துக் கொண்டு அறைக்குள் போனார். மெண்டிஸ் உள்ளே போன அடுத்த நிமிடம் மரக்கட்டிலையே உதறிப் போடுவது போல சத்தம் கேட்டுக் கொண்டிருந்தது. கடைசியில் அவர் இவர்களின் அறையை விட்டு வெளியே வந்தபோது எந்த முக்கியத்துவமும் இல்லாத இலங்கையின் தமிழ் செய்தித்தாள்கள் சிலவற்றைக் கொண்டு வந்திருந்தார். இவர்கள் இருவரும் ஆளையாள் பார்த்துக் கொண்டு நிற்க, பெரிய பயணப் பெட்டியைத் திறந்து அந்த செய்தித் தாள்களை அதற்குள் திணித்து அழுத்தி மூடினார்.

இவர்களுக்காகக் காத்திருந்த ரூபவாகினி என்று சிங்களத்தில் எழுதப்பட்ட தங்கமைனா ஸ்டிக்கர் ஒட்டிய சாம்பல் வண்ண வான் செட்டித் தெருவில் இருந்து அவசரமாக வெளிக்கிட்டுப் போனது. இவ்வளவு பழைய பாணித் திட்டமா என்று யோசனை செய்து பார்க்க அவகாசமின்றிப் பயணம் தொடங்கியது. செட்டித் தெருவை சில நொடிகளில் கடந்து போயிருந்தாலும் வானில் இருந்த குளிர்மையைத் தவிர்க்க முடியவில்லை. தாசனுடன் சேர்த்து அகிலனும் இப்போது கருப்புக் கண்ணாடியை அணிந்து கொண்டிருந்தான். அகிலன் எந்தக் காரணம் கொண்டும் யாருடைய கண்களையும் நேரடியாக சந்தித்து விடவே கூடாது என்று தீர்க்கமாகவே எண்ணிக் கொண்டான். இவர்கள் இருவரும் ஒரு போதும் பார்த்திராத கொழும்பின் புதிய வீதிகள் வழியாக வான் விரைந்து போய்க் கொண்டிருந்த போது "உஸ்மான் எங்கே" என்று யாரும் கேட்டுக் கொள்ளவில்லை. கடைசியாக நேற்றிரவு அறைக்கு வந்த உஸ்மான் அதே அமைதியுடன்தான் நீண்ட நேரம் தொழுதான். அந்த நேரம் படுத்துக் கிடந்த தாசன் எழும்பி இருந்தாலும் அகிலன் சுவரைப் பார்த்துத் திரும்பிப் படுத்துக் கொண்டான். உஸ்மான் தொழுகையை முடித்து வெளியேறிப் போகும் போது நிற்காமல் இயங்கிக் கொண்டிருந்த குளிரூட்டியை நிறுத்தி விட்டான். அறையை விட்டு வெளியேறிப் போய்க் கதவை சாத்தும் போது அவன் பார்வை அகிலனைத் தேடுவது போலத்தான் இருந்தது. தாசன் அவனைப் பார்த்துப் புன்முறுவல் பூத்தபோது உஸ்மானின் முகம் இருளில் மறைந்திருந்தது.

கொழும்பு பண்டாரநாயக்க சர்வதேச விமான நிலையத்தை நெருங்கியதும் மெண்டிஸ் எந்த விதமான பதட்டமும் இல்லாமல் இயல்பு நிலைக்குத் திரும்பினார். இவர்கள் இருவரும் வெளிக்காட்டிக்கொள்ளக் கூடாது என்று நினைத்தாலும் உடல் முழுவதும் பரவிக் கொண்டிருந்த பதட்டம் முதுகுப் பைகளை தூக்குவதில் கூட தெரிந்து கொண்டிருந்தது. ஒவ்வொரு பாதுகாப்பு சோதனை மேடையைக் கடக்கும் போதும் இவர்களைப் பார்த்து மெண்டிஸ் மெல்லியதாகப் புன்னைகை புரிந்ததைத் தாசன் அளவுக்கு அகிலனால் புரிந்து கொள்ள முடியவில்லை. புரிந்து கொண்ட தாசனும் கூடப் பதட்டத்தைக் கட்டுப்படுத்துவதில் தோற்றுப் போய்க் கைகளைக் காற்சட்டைப் பொக்கேற்றுகளில் புதைத்துக் கொண்டான். மெண்டிஸ் தங்களை ஏதாவது விஷேட வழிகளில் அழைத்துச் செல்வார் என்றுதான் இருவரும் நம்பிக்கொண்டு வந்திருந்தார்கள். ஆனால் மெண்டிஸ் அனைத்துப்

பயணிகளுடன்தான் இவர்களையும் நிறுத்தி சோதித்து அழைத்துச் சென்றார். பாதுகாப்பு சோதனைகள் முடிந்து விமானப் பயணச்சீட்டு சோதனைகள் வரைக்கும் அவர் பின்னால் வந்து கொண்டிருப்பதை இருவரும் கவனித்தார்கள். அனைத்து சோதனைகளும் முடிவடைந்து இருவரும் ஆசுவாசமாக மூச்சை விட்டுக் கொண்டு விமானத்துக்குக் காத்திருக்கும் போதுதான் மெண்டிஸ் காணாமல் போயிருந்தார். அவ்வளவு பெரிய சர்வதேச விமான நிலையத்தில் மெண்டிஸைத் தேடிப் பார்க்கும் தைரியம் இருவருக்கும் இருக்கவில்லை. ஒரு வேளை தாங்கள் இருவரும் சிக்க வைக்கப்பட்டிருக்கலாம் என்ற சந்தேகம் கூட வந்தது. கம்போடியாவுக்கான விமானம் ஓடு பாதையில் கொஞ்சம் குலுங்கி மேலே தாவும் வரையும் கூட இவர்கள் அந்த சந்தேகத்தில் இருந்து விடுபட்டிருக்கவில்லை.

புனித அந்தோணியாருக்கு விஷேட பூசைகளை நடத்திக் கொடுப்பதற்குத் தலைமைப் பாதிரியார்கள் அலங்கரிக்கப்பட்ட சொரூபங்களை நெருங்கி நின்று கொண்டிருந்தார்கள். கைகளில் வெள்ளை நிற மலர்க்கொத்துகளை ஏந்திய சிறுமிகள் வரிசையாக வந்து கொண்டிருந்தார்கள். கைகளில் புனித நீரை ஏந்திகொண்டிருந்த பாதிரி ஒருவர் அனைவரையும் பெருமை பொங்க ஆசீர்வதிக்கும் போது, ஒரு நீல வண்ண ஆடை அணிந்த உருவம் கருப்பு முதுகுப் பையுடன் மூன்றாவது நுழைவு வாயிலால் உள்ளே வந்தது. அந்த உருவத்துக்கு முகத்தில் எந்த ரோமமும் இல்லை. சிறுமிகளில் ஒருத்தி அந்த முதுகுப் பையை தடவிக்கொண்டு பலிபீடத்தை நோக்கி முன்னேறிப் போய்க் கொண்டிருந்தாள். தேவாலயம் அதிர்ந்து அடங்கியதும் சுவர்களில் தெறித்த இரத்தம் பளிங்குத் தரையில் வடிந்தோடிக் கொண்டிருந்தது. சிறுமி ஒருத்தியின் பிய்ந்த பிஞ்சுக் கை ஒன்று பாலனின் பிளந்த நெஞ்சில் துடித்துக் கிடந்தது. கண்கள் இருண்டு கொண்டு வரவும் தலையைத் தூக்கிப் பார்க்க முயன்று தோற்றுப் போய்க் கைகளை விரித்துப் படுத்துக் கொண்டார். முகத்தில் சதைத் துண்டங்கள் அப்பிக் கிடக்க, கருணை கொண்ட கண்களில் ஒன்றை இழந்த இயேசு கைகளை நெஞ்சில் குவித்துக் கொண்டு நடுங்கியபடி நின்றிருந்தார்.

உயிர்த்த ஞாயிறை சிதைத்த முதல் குண்டு நீர்கொழும்பு, கட்டுவாப்பிட்டி புனித செபஸ்தியான் தேவலையத்தில் வெடித்திருந்தது. இலங்கைக் காவல் துறையும், இராணுவத்தினரும்,

அவசர சிகிச்சைப் பிரிவினரும் நீர்கொழும்பை நோக்கி விரைந்து கொண்டிருக்கும் போதே இரண்டாவது குண்டு கொழும்பு கொச்சிக்கடை புனித அந்தோணியார் திருத்தலத்தில் வெடித்தது. இரண்டாவது குண்டு வெடித்ததிலேயே இலங்கை இராணுவம் முற்றிலும் குழம்பிப் போய் நின்றிருந்தது. கொழும்பை சுற்றியுள்ள மருத்துவமனைகளின் அவசர சிகிச்சை பிரிவின் ஊர்திகள் ஓய்வற்று ஓடிக் கொண்டிருந்தன. மூன்றாவது குண்டு மட்டக்களப்பு சீயோன் தேவாலயத்தில் வெடித்ததும், இலங்கைக் குண்டு வெடிப்பு செய்திகள் உலகச் செய்திகளின் கவனத்துக்கு வந்திருந்தன.

குண்டுகள் வெடித்த தேவாலயங்கள் அனைத்தும் தமிழர்கள் அதிகம் பிரார்த்தனையில் ஈடுபடும் இடங்களாகும் என்பதை முதலில் யாரும் கவனிக்கவில்லை. முதல் இலக்கு தமிழர்கள், இரண்டாவது இலக்கு வெளிநாட்டினர் என்பதும் சில நிமிடங்களில் உறுதியானது. இலங்கையில் உள்ள விகாரைகளில் ஐரோப்பியர்களோ அல்லது அமெரிக்கர்களோ கூடுவதில்லை. வெளிநாட்டினர் அதிகமாக வந்து போகும் சங்கிரி-லா விடுதி, சின்னமன் கிராண்ட் விடுதி, கிங்ஸ் பரிதி விடுதி மூன்றும் அடுத்தடுத்து வெடித்துக் குலுங்கியதும், இலங்கைப் பாதுகாப்புப் பிரிவினருக்கு ஒட்டு மொத்தமாகக் கைகளை விரித்துக் கொண்டு நிற்பதைத் தவிர வேறெந்த வழியும் இருக்கவில்லை. முடிந்தவரை உயிரிழப்பைக் குறைத்து விட வேண்டும் என்பதில் மட்டும் அனைத்துத் துறைகளும் முடுக்கி விடப்பட்டிருந்தன.

ஒவ்வொரு தேவாலயமும் இரத்தத்தில் மூழ்கியதை மறைக்கும் எந்த முயற்சியும் கை கூடவில்லை. புனித செபஸ்டியன் தேவாலயத்தில் தொண்ணூறு பேர், புனித அந்தோணியார் திருத்தலத்தில் ஐம்பது பேர், சீயோன் தேவாலயத்தில் இருபத்தி ஏழு பேர் என்று குண்டு வெடிப்பில் உயிரிழந்தவர்களின் எண்ணிக்கை உயர்ந்து கொண்டே போனது. படுகாயமடைந்தர்களின் என்ணிக்கையே ஐநூறுக்கு மேல் உயர்ந்து கொண்டே போனது. உயிர்த்த ஞாயிறின் ஆன்மாவைக் கொன்றவர்களின் அடையாளங்களை சிதைத்துக் கொண்டிருந்தன இலங்கைக்கும் அப்பால் நீண்டிருந்த கறை படிந்த புனிதக் கரங்கள்.

26

கொழும்பின் உயர் பாதுகாப்பு வலையத்தில் இருக்கும் இலங்கைப் பாதுகாப்புப் பிரிவினரின் விசேட அறையில் கருகிக் கிடந்த பாலனின் கைப் பேசியில் உறைந்திருந்தது 2+2 என்ற குறுஞ்செய்தி. கம்போடியாவில் இருந்து நல்லதம்பி கணபதிப்பிள்ளை அனுப்பிய அந்தச் செய்திக்கு பாலனின் கைபேசியில் உயிர் இருக்கவில்லை. பாலனின் இன்னொரு கைபேசி அவர் மகன் நகுலனின் கைகளில் பத்திரமாக இருந்தது. நகுலன் அதை அம்மாவிடம் காண்பித்த போது "அப்பாவுக்கு உடன அனுப்பி வையும்" என்று மட்டும்தான் சொல்லி இருந்தாள். அம்மாவுக்கும் அப்பா ஏதும் செய்தி சொல்லிப் போனாரா என்பது குறித்து நகுலனுக்கு சந்தேகமாகவே இருந்தது. "அம்மா, அவள் ஒரு விசரி, அவளுக்கு ஒன்றும் தெரியாது" என்பது அப்பா எப்போதும் சொல்லிக் கொண்டிருப்பதுதான். அதற்கு ஒரு போதும் அர்த்தம் ஏதும் இருந்ததை நகுலன் உணர்ந்ததில்லை. ஒரு வேளை இருந்தாலும் அது அம்மாவின் மேலான காதலன்றி வேறெதுவாகவும் இருக்க முடியாது என்பது அவன் நம்பிக்கை. அப்பாவின் நம்பிக்கை மெய்ப்பித்திருந்ததைப் புரிந்து கொண்டு அவசரமாக அழைத்த போது அது தொடர்பு எல்லைக்கு அப்பால் இருப்பதாகவே தொடர்ந்து சொல்லிக் கொண்டிருந்தது.

மிகச்சரியாக அடையாளம் காணப்படாத பாலனின் உடலுக்கு "அவுஸ்திரேலியா" என்று மட்டும் அடையாளக் குறி இடப்பட்டது. அடையாளக் குறி இடப்பட்ட ஏழடி நீளமான பிளாஸ்டி பைகள் இரண்டு அந்த அறையின் உயர்ந்த மேசைகளில் வைக்கப்பட்டிருந்தன. உயிருள்ள

மனித உடல்கள் தாங்கும் அளவையும் மீறிய அளவுக்கு அந்த அறையின் நான்கு குளிரூட்டிகள் இயங்கிக் கொண்டிருந்தன.

உஸ்மானின் உடலை அடையாளம் காண ஒருவரும் அழைக்கப் படவில்லை. உஸ்மான் தொடர்பான அறிவிப்பு வெளியாகும் முன்னரே இலங்கையின் இரகசியப் புலனாய்வுத் துறையின் பட்டியலில் இருந்து உஸ்மானின் பெயர் அவசரமாக அழிக்கப்பட்டிருந்தது. நஜீப் ரஹ்மான் தன்னுடைய தேடுதல் பணிகளில் தீவிரமாக இயங்கியதில் "மெண்டிஸ்" என்ற பெயரைக் கண்டு பிடித்திருப்பதாக மேல் மட்டத்துக்கு அறிவித்திருந்தார். கண்டியைச் சேர்ந்த மெண்டிஸ், சரத் பொன்சேகா கைது செய்யப்பட்ட நேரத்தில் இலங்கை இராணுவத்தில் இருந்து வெளியேறியவர் என்றும், அவர் இலங்கையில் நிச்சயமாக இல்லை என்றும் இலங்கை இராணுவத்தின் அறிக்கைகள் உறுதிப்படுத்தின. இந்தத் தொடர் குண்டு வெடிப்பு சம்பவங்கள் தொடர்பான நிர்மலா பெர்னாண்டோவின் முதல் விசாரணை அறிக்கையும் கூட அந்த தகவல்கள் முற்றிலும் சரியானவை என்றே உறுதிப்படுத்தியது. அதிகார பூர்வமான இந்த அறிக்கைகளைத் தற்காலிகமாக வெளியிட வேண்டாம் என்ற முடிவைத்தான் அலரிமாளிகையின் அதிகார பீடங்கள் எடுத்தன.

கிழக்கு தொளஹித் ஜமாத்தின் தலைவர் உட்பட அதன் உறுப்பினர்கள் பலர் திடீரென்று காணாமல் போயிருந்தார்கள். இலங்கை அரசு சந்தேகத்தின் பெயரில் வெளியிட்டுக் கொண்டிருந்த உயர் தொழில் நுட்பத்தின் உதவியுடன் வரைந்த படங்களில் அவர்களின் முகத்தின் நிழல்கள் படிந்திருந்தன. அவர்களில் சிலர் அப்துல் ஹாசிமின், ரிஸாட் சிராஜுதீன், முகம்மது ஹிஸ்புல்லா போன்றவர்களுடன் எடுத்துக் கொண்ட ஒளிப்படங்களும் இணையதளங்களை ஆக்கிரமித்திருந்தன. அதுவரை பாதுகாப்புப் பிரிவினர் சமர்ப்பித்திருந்த அனைத்து விசாரணை அறிக்கைகளின் தகவல்கள் அடங்கிய கோப்புடன் நஜீப் ரஹ்மான் மாளிகாவத்தையை நோக்கி விரைந்து கொண்டிருந்தார். சோனக அரசியல் தலைவர்களின் விஷேடக் கூட்டம் ஒன்று பலத்த இழுபறிக்குப் பிறகு மாளிகாவத்தையில் இருக்கும் ஹாசிமின் வீட்டில் ஏற்பாடாகி இருந்தது. அந்தக் கூட்டம் நடக்க இருக்கும் அதே வீட்டின் இரண்டாவது மாடியில்தான் ஹாசிமினின் தம்பி முஹமட் இஸ்மாயில் நஜீப் ரஹ்மான் உடனான சந்திப்பிற்குக் காத்திருந்தான். அவனுடைய இத்தாலிய மாபிள் மேசைக்கு

பின்புறம் இருந்த நான்கு முதுகுப்பைகளில் அமெரிக்க டொலர் நோட்டுகள் உப்பிப்போய் இருந்தன.

முற்றத்தில் பனைகள் நின்ற செம்மஞ்சள் வண்ண விடுதியின் இரண்டாவது மாடியின் ஜன்னலோரத்தில் நின்ற நல்லதம்பி கண்பதிப்பிள்ளையின் குரல் கணீரென்று ஒலித்தது. அவர் கவிஞர் சண்முகம் சிவலிங்கத்தின் நீண்ட கவிதை ஒன்றை மனப்பாடமாக ஒப்புவித்துக் கொண்டிருந்தார்.

ஆக்காண்டி, ஆக்காண்டி
எங்கே முட்டை வைத்தாய்?
கல்லைக்குடைந்து
கடலோரம் முட்டை வைத்தேன்.

வைத்ததுவோ ஐஞ்சு முட்டை
பொரித்ததுவுவோ நாலு குஞ்சு
நாலு குஞ்சுக் கிரை தேடி
நாலு மலை சுற்றி வந்தேன்.
மூன்று குஞ்சுக் கிரை தேடி
மூவுலகம் சுற்றி வந்தேன்.

குஞ்சு பசியோடு
கூட்டில் கிடந்த தென்று
இன்னும் இரை தேடி
ஏழுலகம் சுற்றி வந்தேன்.

கடலை இறைத்துக்
கடல் மடியை முத்தமிட்டேன்.
வயலை உழுது
வயல் மடியை முத்தமிட்டேன்.

கடலிலே கண்டதெல்லாம்
கைக்கு வரவில்லை.
வயலிலே கண்டதெல்லாம்
மடிக்கு வரவில்லை.

கண்ணீர் உகுத்தேன்
கடல் உப்பாய் மாறியதே.
விம்மி அழுதேன்
மலைகள் வெடித்தனவே.

ஆக்காண்டி ஆக்காண்டி
எங்கே முட்டை வைத்தாய்?
கல்லைக் குடைந்து
கடலோரம் முட்டை வைத்தேன்.

வண்டிகள் ஓட்டி
மனிதர்க் குழைத்து வந்தேன்.

கையால் பிடித்துக்
கரைவலையை நானிழுத்தேன்.

கொல்லன் உலையைக்
கொளுத்தி இரும்படித்தேன்.

நெய்யும் தறியிலே
நின்று சமர் செய்தேன்.

சீலை கழுவி
சிகையும் அலங்கரித்தேன்.

வீதி சமைத்தேன்.

விண்வெளியில் செல்லுவதற்குப்
பாதை சமைக்கும்
பணியும் பல புரிந்தேன்.

ஆனாலும் குஞ்சுக்கு
அரை வயிறு போதவில்லை.
காதல் உருகக்
கதறி அழுது நின்றேன்.

கதறி அழுகையிலே
கடல் இரத்தம் ஆயினதே.
விம்மி அழுகையிலே
வீடெல்லாம் பற்றியதே.

கடல் இரத்தம் ஆகுமென்று
கதறி அழவில்லை.
வீடுகள் பற்றுமென்று
விம்மி யழவில்லை.

ஆக்காண்டி ஆக்காண்டி
எங்கே முட்டை வைத்தாய்?
கல்லைக் குடைந்து
கடலோரம் முட்டி வைத்தேன்.

குஞ்சு வளர்ந்ததும்
குடல் சுருங்கி நின்றார்கள்.

பசியைத் தணிக்கப்
பலகதைகள் சொல்லி வந்தேன்.

கடலை இறைத்துக்
களைத்த கதை சொல்லி வந்தேன்.

வயலை உழுது
மடிந்த கதை சொல்லி வந்தேன்.

கொல்லன் உலையும்
கொடுந் தொழிற் சாலையதும்
எல்லா இடமும்
இளைத்த கதை சொல்லி வந்தேன்.

சொல்லி முடிவதற்குள்
துடித்தே எழுந்து விட்டார்.
பொல்லாத கோபங்கள்
பொங்கி வரப் பேசுகின்றார்.

"கடலும் நமதன்னை
கழனியும் நமதன்னை
கொல்லன் உலையும்
கொடுந் தொழிற்சாலையதும்
எல்லாம் நமது" என்றார்
எழுந்து தடி எடுத்தார்
கத்தி எடுத்தார்
கடப்பாரையும் எடுத்தார்
யுத்தம் எனச் சென்றார்
யுகம் மாறும் என்றுரைத்தார்.
எங்கும் புயலும்
எரிமலையும் பொங்கி வரச்
சென்றவரைக் காணேன்.

செத்து மடிந்தாரோ?

வைத்ததுவோ ஐஞ்சு முட்டை
பொரித்ததுவோ நாலு குஞ்சு
நாலு குஞ்சும் போர் புரிய
நடந்து விட்டார் என்ன செய்வேன்
ஆன வரைக்கும்
அந்த மலைக் கப்பாலே
போனவரைக் காணேன்.
போனவரைக் காண்கிலனே.

ஆகாண்டி, ஆக்காண்டி
எங்கே முட்டை வைத்தாய்?
கல்லைக் குடைந்து
கடலோரம் முட்டை வைத்தேன்.

நல்லதம்பி கணபதிப்பிள்ளை சோர்ந்த தன் கால்கள் இரண்டையும் குனிந்து மெல்லத் தடவிவிட்டு இவர்களை நிமிர்ந்து பார்த்தார். அவருக்கு காய்ந்த முகம் என்றாலும் அவர் குரலில் கனிந்த வார்த்தைகள் அந்த அறையை நிறைத்திருந்தன. புதிய நீல வண்ண சட்டைக் கொலரை சரிசெய்து கொண்டு அவர் அருகே எழுந்து போன அகிலன் தாசனும் கேட்க விரும்பிய ஒரு கேள்வியை மிகவும் மெல்லிய குரலில் கேட்டான். அப்போது அவன் அடித்தொண்டையில் எதுவோ சிக்கியது போலத்தான் இருந்தது.

"அண்ண நீங்கள் எந்த இயக்கம்?"

முற்றும்